ജീവിച്ചവരോ മരിച്ചവരോ അല്ലാത്ത ചിലർ

രാജൻ സി എച്ച്

ഉള്ളടക്കം

ഉള്ളടക്കം

ഉള്ളടക്കം

ഉള്ളടക്കം

ഉള്ളടക്കം

1. ജീവിച്ചവരോ മരിച്ചവരോ അല്ലാത്ത ചിലർ

1

ഇന്നലെ ഞാൻ രാമേട്ടനെ വഴിയിൽ കണ്ടു.
അങ്ങാടിയിൽ നിന്ന്
പച്ചക്കറി വാങ്ങി വരികയാണ്.
എത്ര കാലമായി രാമേട്ടൻ
ഇല്ലാതായിട്ടെന്ന് ഓർത്തതേയില്ല.
ലോട്ടറിയെടുത്തില്ലേയെന്നു ചോദിച്ചു.
അതില്ലാതെ രാമേട്ടനില്ല.
എത്ര കാലമായി രാമേട്ടൻ ലോട്ടറിയെടുക്കുന്നു.
ചിലപ്പോഴൊക്കെ അഞ്ഞൂറോ
ആയിരമോ അടിക്കും.
അതുമതി രാമേട്ടന് പ്രതീക്ഷയായി.
ഒരിക്കൽ കോടികളടിക്കുമെന്ന്
രാമേട്ടൻ ഉറച്ചു വിശ്വസിക്കുന്നു.

2

ആയുർവേദ മരുന്നുകടയിൽ നിന്ന്
അസനവില്ലാദി തൈലവും വാങ്ങി
വരുന്നു മാധവേട്ടൻ.
വിരമിച്ച അധ്യാപകനാണ്.
വിരമിച്ചതില്പിന്നീട് നന്നായി ചിരിക്കും. കവിതകളെഴുതും.

വാരികകൾക്കും മാസികകൾക്കും അയക്കുമായിരുന്നു.
ഒന്നും വെളിച്ചം കണ്ടില്ല.
ജീവിതവും.
മരണത്തിനു മുമ്പ്
രണ്ടു സമാഹാരങ്ങളിറക്കി.
അവാർഡുകൾക്കൊക്കെ അയച്ചു.
ഒന്നും സംഭവിച്ചില്ല.
ഒരിക്കലെന്നെങ്കിലും ലോട്ടറിയടിക്കുമെന്ന്
മാധവേട്ടൻ പറയുന്നു.
കവിതകളെഴുതുന്നുണ്ടാവും ഇപ്പോഴും.
അടുത്ത സമാഹാരം ആർക്കും അവഗണിക്കാനാവില്ല.

3

മരിച്ചു ശ്മശാനത്തിലേക്കെടുത്താലും
അതേവഴി തിരിച്ചു പോരുമെന്നു
പറയുമായിരുന്നു കുമാരേട്ടൻ.
അതാണ് ലോട്ടറിയെന്ന്
കുമാരേട്ടൻ വിശ്വസിച്ചു.
അങ്ങനെ കുമാരേട്ടൻ മരിച്ചു
ഞങ്ങളുടെയൊക്കെയും തോളിൽ
ശ്മശാനത്തിലേക്കെടുത്തു.
തിരിച്ചു പോരുമ്പോൾ
കുമാരേട്ടനും കൂടെയുണ്ടാവുമെന്ന്
ഞാനും തിരഞ്ഞു,
പിറകോട്ട് പിറകോട്ടു നോക്കി നടന്നു.
കണ്ടില്ല.
വീട്ടിലേക്ക് തിരികെക്കയറുമ്പോൾ
പടിക്കൽ പതിവുപോലെ കാത്തു നിന്ന്

എന്റെ തോളിൽ കൈവെച്ചു കുമാരേട്ടൻ.
ആളെ കണ്ടില്ല.
തോന്നലാവാമെന്ന് ആരോ പറഞ്ഞു.
തോന്നലാവണം എല്ലാം,അല്ലേ?

2. മുനി

നീയെന്താണെപ്പോഴുമിങ്ങനെ മൗനം?
എന്താ നിന്റെ ഭാവം?
സുഹൃത്ത് ചോദിച്ചു.

എല്ലാമാരോടെങ്കിലും
തുറന്നു പറഞ്ഞാൽ
തീരുന്ന പ്രശ്നമല്ലേയുള്ളൂ.
പറയൂ,നമുക്ക് പരിഹാരമുണ്ടാക്കാം,
സുഹൃത്ത് പറഞ്ഞു.

രണ്ടു ഗ്ലാസുകൾക്കപ്പുറമിപ്പുറം
ഞങ്ങൾ പതഞ്ഞിരുന്നു.
പറയേണ്ടതെന്തെന്നാലോചിക്കുമ്പോഴേക്കും
അവന്റെ ഗ്ലാസ്
തുരുതുരെയൊഴിഞ്ഞു.
അവന്റെ വാക്കുകൾ അനർഗ്ഗളം
തെല്ലിടറിയും കുഴഞ്ഞും ഉതിർത്ത്
എന്റെ നാവിനെക്കൊന്നു.
അവനൊരൊഴിഞ്ഞ കുപ്പിയായി.
ഞാനെന്റെ ഗ്ലാസ് കമഴ്ത്തി.

എന്ത് പറഞ്ഞാലും
ഇങ്ങനെയിരുന്നാൽ മതിയോ?
ഒരു മുനി!
അവളുടെ സാന്ത്വനം.

ഉള്ളിലുള്ളതെന്തായാലും
എന്നോട് പറയുന്നതിനെന്താ,യെന്ന്
അവൾ തൊട്ടിരുന്നു.

കേൾക്കട്ടെ,യെന്ന്
അവൾ വാചാലയായി.
അവളുടെ അലിവിൽ സ്നേഹത്തിൽ
വെറുപ്പിൽ അലക്കിയെടുത്ത
വാക്കുകൾകൊണ്ടെന്നെ പുതപ്പിച്ചു.
ഞാൻ ചത്തുകിടന്നു.

എന്താണ് എന്റെ പ്രശ്നം?
എന്താണ് എനിക്ക് പറയാനുണ്ടായിരുന്നത്?

അവനവനോട് സംസാരിക്കുകയെന്നതാണ്
ഏറ്റവും വിഷമം.,കാണുന്നവർക്കും.

3. അഭ്യാസം

ദേവദാസ് എന്ന എന്റെ സുഹൃത്ത്
സംഗീതം അഭ്യസിച്ചിട്ടേയില്ല,
എന്നിട്ടും നന്നായി പാടും.

വേദവ്യാസ് എന്ന എന്റെ സുഹൃത്ത്
അക്ഷരമഭ്യസിച്ചിട്ടേയില്ല,
എന്നിട്ടുമയാൾ നന്നായി കവിതയെഴുതും.

ഹുസൈൻ എന്ന എന്റെ സുഹൃത്ത്
ചിത്രകല അഭ്യസിച്ചിട്ടേയില്ല,
എന്നിട്ടുമയാൾ നന്നായി ചിത്രമെഴുതും.

മോൺസി എന്ന എന്റെ സുഹൃത്ത്
നൃത്തം അഭ്യസിച്ചിട്ടേയില്ല,
എന്നിട്ടുമയാൾ നന്നായി നൃത്തമാടും.

ഇതൊക്കെയെങ്ങനെ കഴിയുന്നുവെന്ന്
ആലോചിച്ച് നടന്ന്
ദാമോദർ എന്ന സുഹൃത്തൊരു ചിന്തകനായി.
ചിന്ത അയാൾ അഭ്യസിച്ചതായിരുന്നില്ല.

ഇതൊന്നുമാലോചിക്കാതെ നടന്നു നടന്ന്
എന്റെ സുഹൃത്ത് അമരേന്ദൻ

ഉറക്കത്തിൽ ഇല്ലാതായി.
ഉറക്കമോ മരണമോ ഒട്ടും
അയാൾ അഭ്യസിച്ചതായിരുന്നില്ല.

ജീവിതമെന്തെന്നഭ്യസിക്കാതെ
ഞാനുമിവർക്കിടയിലിങ്ങനെ
ജീവിച്ചു പോകുന്നു.
എന്നിട്ടും നമ്മൾ പറയുന്നു
എന്തെല്ലാം അഭ്യാസങ്ങളാണൊരു
ജീവിതം കഴിച്ചു കൂട്ടാൻ.
കഴിച്ചു കൂട്ടൽ തന്നെ
അഭ്യാസമായിരിക്കെ?

4. ആനന്ദൻ

ബുദ്ധനെ
ഞാനെന്നിൽ കൊണ്ടു നടക്കുന്നു.

മുന്നിലൊരാൾ കൊല്ലപ്പെടുമ്പോഴും
മിണ്ടാതിരിക്കാൻ.
കണ്മുന്നിലൊരു പെൺകുട്ടി
ക്രൂരമായി ആക്രമിക്കപ്പെടുമ്പോഴും
ഭാവഭേദമൊട്ടുമില്ലാതെ കണ്ടിരിക്കാൻ.
ഒരാൾക്കൂട്ടം ഒരു വംശത്തെയാകെയും
കൊന്നൊടുക്കുമ്പോൾ കരയാതിരിക്കാൻ.
ബുദ്ധനെന്നിലിരിക്കുന്നു.

മന്ദബുദ്ധിയെന്നപഹസിക്കുമ്പോഴും
ക്രൂരനെന്നു ശപിക്കുമ്പോഴും
ഭ്രാന്തനെന്നു കല്ലെറിയുമ്പോഴും
തെരുവുപട്ടിയെന്ന് ആട്ടിയോടിക്കുമ്പോഴും
ബുദ്ധനെന്നിലിരിക്കുന്നു.

വിശന്നും തളർന്നും
കണ്ണടച്ചൊരു മരത്തണലിലിരിക്കുമ്പോൾ
കണ്ടതൊക്കെയുമയവിറക്കുമ്പോൾ
സിരകൾ വലിഞ്ഞു മുറുകുമ്പോൾ
ബുദ്ധൻ ധ്യാനത്തിലാവുമെന്ന്
നിങ്ങൾ കരുതുന്നു.

ഒന്നും പ്രവർത്തിക്കാനാവാതെ
പ്രതികരിക്കാനാവാതെ
അത്രയും ദുർബലനായിരിക്കുമ്പോൾ
പ്രതിഷേധം ഉള്ളിലവനവനെത്തന്നെ
കുടഞ്ഞു തെറിപ്പിക്കുമ്പോൾ
ഞാൻ നിങ്ങളോട് പറയും:
തൃഷ്ണയാണെല്ലാറ്റിനും ഹേതു,
തൃഷ്ണ കൈവിടണം.
ബുദ്ധനപ്പോളെന്നെ വിളിക്കുന്നു:
ആനന്ദാ!

5. ഉള്ളി തൊലിക്കുന്ന വിധം

നാട്ടിൽ കല്ലുവെട്ടു തൊഴിലാളിയായിരുന്ന
ചീരോത്തെ കിട്ടാട്ടന്റെ മകൻ സുധീഷ്
നഗരത്തിൽ ജോലി തേടി വന്നതാണ്.
ഇരുപത്തൊന്നാം നിലയിലെ
എന്റെ ഫ്ലാറ്റിൽ കൂടെ താമസമായി.

അവനില്ലാതിരുന്ന ഒരുദിവസം
മേശപ്പുറത്തിരുന്ന അവന്റെ
ഡയറി വെറുതെ മറിച്ചു നോക്കി.
അതിലൊന്നുമെഴുതിയിരുന്നില്ല.
അതിൽ നിന്നൊരു കടലാസ്
താഴെ വീണത്
നിവർത്തി വായിച്ചു:

ഞാനിന്നാകാശത്തെ തൊട്ടു,
പകൽ വെയിലും
രാത്രി നിലാവും തൊട്ടു.
ഭൂമിയിലുള്ളവർക്ക് തൊടണമെങ്കിൽ
വെയിലും നിലാവും
മഴയും മഞ്ഞും
ഇരുപത്തൊന്നു നിലകൾ
താഴേക്കിറങ്ങണം.
ഞാൻ മുകളിലേക്ക് പോകുന്തോറും
അവരൊക്കെ എത്ര ചെറുതായിപ്പോയി.

ഇനിയെനിക്ക് മഴ തൊടണം,
മഞ്ഞും.
എന്നാലിപ്പോൾ
ഞാനെത്ര ചെറുതായിപ്പോയി.
ചിറകുകളുണ്ടായിരുന്നെങ്കിൽ
പരുന്തിനെപ്പോലെ ഉയരങ്ങളിൽ
വട്ടം കറങ്ങുകയും
നിശ്ചലം നിൽക്കുകയും
ചെയ്യാമായിരുന്നെന്ന്
ഞാൻ സ്വപ്നം കണ്ടിരുന്നു.
ഈ ഉയരത്തിൽ നിൽക്കുമ്പോൾ
എനിക്കിപ്പോൾ തോന്നുന്നത്
അച്ഛനെപ്പോലെ
ഒരു കല്ലുവെട്ടുകാരനാകാനാണ്.
ഭൂമി കുഴിച്ചെടുക്കുന്ന കല്ലിൽ
ഇതുപോലെ
ആകാശം ഭേദിക്കുന്ന
കെട്ടിടങ്ങളുയർത്താൻ.
എന്നിട്ട്
കല്ലുവെട്ടാങ്കുഴിയിൽ നിറയും വെള്ളം
ഉരുൾപൊട്ടിയൊലിക്കുമ്പോൾ
ആളുകളെ രക്ഷപ്പെടുത്തി
ഉയരങ്ങളിലെത്തിക്കാമല്ലോ!
ഞാൻപോകുന്നു.

കല്ലുവെട്ടിയ കുഴിയിൽ
കെട്ടിക്കിടന്ന വെള്ളത്തിൽ
ആത്മഹത്യ ചെയ്ത

ഞങ്ങളുടെ നാട്ടുകാരൻ
ചീരോത്തെ സുധീഷിന്
ആദരാഞ്ജലികൾ!

6. വൈറൽ

കവിത ഒരു രോഗമാണ്,
ആത്മാവിനെ ബാധിക്കുന്നത്.
രോഗികൾ കവികളെന്നറിയപ്പെടും.

പകരില്ലെന്നാണ് വിധിയെങ്കിലും
പകർച്ച വ്യാധിയെന്ന്
ചില ദോഷൈകദൃക്കുകൾ.
ചിലരോ പകർന്നതായി നടിക്കും.
മറ്റു ചിലരോ പകർന്നാടും.
ചിലരുള്ളിലൊതുക്കും.
ചിലരറിഞ്ഞതായേ നടിക്കില്ല.
പലപ്പോഴും ഹൃദയത്തിന്
ബാധിച്ചതായിത്തോന്നും.
ചിലർക്ക് വിലങ്ങും.
കനം കൂടും.
ചിലരോ കാറ്റായലയും.
ചിലരോ കാറ്റൊഴിഞ്ഞതായി മലരും.

ഞരമ്പുകളെ ബാധിച്ചവരെ
ഒന്നു കരുതണം.
കണ്ണിനു ബാധിച്ചവരെ
ഒഴിവാക്കണം.
തലയിലേറ്റിയവരെ
നമ്പരുത്.

അവരെന്തു പറയുമെന്നോ
ചെയ്യുമെന്നോ പ്രവചനാതീതം.

പകരുന്നെങ്കിൽ
അവരിൽ നിന്നേ പകരൂ.
ലോഹ്യം കൂടാൻ നിൽക്കേണ്ട.

വൈറസ്സാണോയെന്നറിയില്ല.
ചില പ്രണയികളുടേയും
ഭ്രാന്തരുടേയും ശ്വാസം
പരിശോധനയ്ക്കയച്ചിട്ടുണ്ട്.
തക്കതായ തെളിവുകളൊന്നുമില്ല.
ചുംബനമൊഴിവാക്കണമെന്നും
രാക്കാലങ്ങളിൽ
ചന്ദ്രനെക്കാണരുതെന്നും
നിർദ്ദേശമുണ്ട്.
ബാധയേറ്റെന്നാൽ
ജീവിതാന്ത്യം വരെ
ഉപദ്രവിച്ചുകൊണ്ടേയിരിക്കും
വരട്ടു ചൊറിപോലെ.
മരണം കൊണ്ടുപോലും
രക്ഷപ്പെട്ടെന്നു വരില്ല.

7. മുറിഞ്ഞുപോയ ബന്ധം

മുറിഞ്ഞുപോയ ഒരു ബന്ധം
വിളക്കിച്ചേൎക്കുന്ന യജ്ഞത്തിലാണ് ഞാൻ.

സ്നേഹം കൊണ്ട് വിളക്കാൻ നോക്കി
അതുരുകിയൊലിച്ചു പോയി.
വെറുപ്പുകൊണ്ടാവാമെന്ന് കരുതുമ്പോഴേക്കും
ഒരിമയടയ്ക്കും മുമ്പ് അതുറച്ചു പോയി.
ഓർമ്മകൊണ്ട് ശ്രമിച്ചു നോക്കി
കനം തീരെയില്ലാത്തതിനാൽ
അവ ചേരേണ്ടിടത്തിരുന്നില്ല.
മറവികൊണ്ടാവാമെന്നു കരുതി
അതൊരോട്ട മാത്രമായവശേഷിച്ചു.
മൗനം കൊണ്ടാവുമോയെന്നന്വേഷിച്ചു
ഇരുട്ടായത് പിടി തന്നില്ല.
ഇരുട്ട് കൊണ്ടോ വിരട്ടു കൊണ്ടോ ആയില്ല.
വാക്കുകൊണ്ടായില്ല.
നോക്ക് കൊണ്ടും.

മുറിഞ്ഞതല്ലേയെന്നതിനാൽ
രക്തം കൊണ്ടായില്ല.
മാംസം കൊണ്ടും.

വിളക്കിച്ചേർക്കാൻ
സ്വപ്നമുരുക്കിയൊഴിച്ചു നോക്കി.

അത് വെറും സ്വപ്നം മാത്രമായി.
ദുഃഖമരച്ചു പുരട്ടി
എരിഞ്ഞുകയറിയതല്ലാതെ
അവ പച്ചയായിക്കിടന്നു.
വേദന കൊണ്ടായില്ല.
വേദം കൊണ്ടും.

വിളക്കിച്ചേർക്കലോ
മുറിഞ്ഞുപോയ യജ്ഞം?

8. ജവാൻ

അവൻ ഞങ്ങൾക്കു മുന്നിൽ
പച്ചമുളക് കടിച്ചു തിന്നുമായിരുന്നു.
എരിയില്ലെന്ന് ഞങ്ങളോട് പറയും.
എരിവറിയാത്ത ഒരു ജീവിതമായിരുന്നു
അവനെന്നും.

ആർക്കും എന്തു സഹായത്തിനും
അവനെത്തും.
രോഗിയെ ആശുപത്രിയിലെത്തിക്കാൻ
മരിച്ചവരെ കുളിപ്പിക്കാൻ
കുഴിവെട്ടാൻ
മുങ്ങിപ്പോയവരെ പൊക്കിയെടുക്കാൻ
കെട്ടിത്തൂങ്ങിയവരെ നിലത്തിറക്കാൻ
എന്തിനും അവൻ തയ്യാർ.
അവനെയാളുകൾ
ജവാൻ എന്നു വിളിച്ചു.
എന്നാലവനൊരു ജീവിതമുണ്ടോയെന്ന്
ആരും തിരക്കിയില്ല.

മറ്റുള്ളവരുടെ പൂമുഖത്തോ
പീടികത്തിണ്ണയിലോ
ആലയിലോ കിടന്നുറങ്ങി.
പാൽ കറന്ന് പുലരിയെ വെളുപ്പിച്ചു.
കിട്ടുന്ന കാശ് അഗതികൾക്ക്

മരുന്നിനോ വിശപ്പിനോ നൽകി.
ചെയ്തകാര്യങ്ങളവനോർമ്മയുണ്ടാവില്ല.
ചെയ്യാനുള്ളവ ഓർത്തുവെച്ചില്ല.
വർത്തമാനത്തിൽ
മുന്നിൽ പെടുന്നതായിരുന്നു
അവന് പ്രവൃത്തി.
ജീവിതം.

ഒരു രാത്രി
അവനെക്കാണാതായി.
മാലിന്യങ്ങൾ തള്ളുമിടത്തിൽ
ആരോ അവനെ കണ്ടെത്തി.
തെരുവു നായ്ക്കൾ കടിച്ചെറിഞ്ഞ
ഉടലിൽ ഉയിരുണ്ടായിരുന്നില്ല.
തിരിച്ചറിയാൻ പ്രയാസമായിരുന്നു.

അന്നെല്ലാവരും
പച്ച മുളക് കടിച്ചതു പോലെ
എരിഞ്ഞു.
കണ്ണീരൊഴുക്കി.
അവനതു കണ്ടിരുന്നെങ്കിൽ
ചിരിക്കുമായിരുന്നെന്ന്
ആരോ പറഞ്ഞു.

അവനെയടക്കാൻ
നാടുമുഴുവനുണ്ടായിരുന്നു.
ആരുമില്ലാത്തവന്
ലോകമുണ്ടാവുമെന്ന്
ആരാണ് പറഞ്ഞത്?

9. ലഹരി

എന്റെ കൂട്ടുകാരൻ
നല്ല മദ്യപനാണ്.
അവനൊരു അലമാര നിറയെ
കുപ്പികൾ കരുതി വെച്ചിട്ടുണ്ട്,
നിറഞ്ഞതും ഒഴിഞ്ഞതും.
അവൻ തോന്നുമ്പോഴൊക്കെ
കുപ്പിയിൽ നിന്ന് ഒഴിച്ചു കുടിക്കും.
സന്തോഷിക്കുകയോ
ദുഃഖിക്കുകയോ ചെയ്യും.
ചിലപ്പോഴൊക്കെ
നിർത്താനാവാത്ത കുടിയോർത്ത്
പരിതപിക്കും.
പശ്ചാത്തപിക്കും.
അവനെന്നോട് പറയും:
നിന്നെപ്പോലെ വായിക്കാനായിരുന്നെങ്കിൽ
ഞാനിതൊന്നു നിർത്തിയേനെ.
ആവുന്നില്ലല്ലോ.

ഞാനൊരു വായനക്കാരനാണ്.
നല്ലതോ ചീത്തയോയെന്നറിവീലാ.
ഒരലമാര നിറയെ പുസ്തകങ്ങൾ
കരുതി വെച്ചിട്ടുണ്ട്,
വായിച്ചതും വായിക്കാതെ വെച്ചതും.
സമയമനുവദിക്കുമ്പോഴൊക്കെ

ഞാൻ അവ തുറന്നു വായിക്കും.
ആനന്ദിക്കുന്നതു പോലെ
സങ്കടപ്പെടുകയും ചെയ്യും.
പലപ്പോഴും സമയമോ കാലമോ
അറിയാത്തൊരു വായനയിലാവും.
അവനവനോട് കലഹിക്കും.
സാന്ത്വനപ്പെടും.
ഞാൻ കൂട്ടുകാരനോടു പറയും:
നിന്നെപ്പോലെ ഒറ്റയടിക്ക്
മോന്താനായിരുന്നെങ്കിൽ
ഞാനിതൊക്കെയെന്നേ തീർത്തേനെ.
കഴിയുന്നില്ലല്ലോ.

കാണുമ്പോഴൊക്കെ
കൂട്ടുകാരൻ ഉപദേശിക്കും:
ഇത്ര ലഹരി പാടില്ല.
ഞാനവനേയും.

10. പോസ്റ്റുമോർട്ടം

മരിച്ചൊരു കവിതയെ
പോസ്റ്റുമോർട്ടം ചെയ്യേണ്ടതുണ്ട്.
മേശമേൽ മലർന്നു കിടപ്പുണ്ട്
ചോരയത്രയും വാർന്നു പോയ ഉടൽ.

ആരോ അപായപ്പെടുത്തിയതാവും.
കരളാരോ ചൂഴ്ന്നെടുത്തിട്ടുണ്ട്.
ഹൃദയത്തിന്റെ സ്ഥാനത്ത്
ഒരു കരിങ്കല്ലിരിപ്പുണ്ട്.
വായ തുന്നിക്കെട്ടിയ പോലാരോ
ചുംബിച്ച പശയുണ്ട്.
നാവിലൊരു ചുവന്ന ചെമ്പരത്തിയുണ്ട്.
കണ്ണോതോ കാഴ്ച്ചയ്ക്കപ്പുറം
തുറക്കാനാവാതെയുണ്ട്.
കാതൊരു ബുദ്ധപ്രതിമയായുണ്ട്.
മൂക്കൊരു മൂളലായുണ്ട്.
കാലുകൾ ഓടിത്തളർന്നതായി
തൂങ്ങിക്കിടപ്പുണ്ട്.
കൈകളേതോ വിലങ്ങിലെന്ന പോലെ
കൂട്ടിപ്പിടിച്ചിട്ടുണ്ട്.
ശിരസ്സാകെ തരിശായിട്ടുണ്ട്.
തലച്ചോറൊരു തുമ്പപ്പൂവായുണ്ട്.

കീറിമുറിക്കാനെളുപ്പമാണ്

ഏതൊരു കവിതയുമെന്നായിരുന്നു
ധാരണ.
എന്നാലീ മരിച്ച കവിതയെ
ഏതൊരു നിരൂപകനാവും
കീറിത്തുന്നാൻ.

ചീഞ്ഞുനാറും മുമ്പ്
എങ്ങനെയാണ് മരണപ്പെട്ടതെന്ന്
കണ്ടെത്തണേ,
ജീർണ്ണത ഒരു കവിതയ്ക്കും
ഭൂഷണമല്ല.

11. ജോസഫ്

കാലത്ത് അഞ്ചുമണിക്ക്
എനിക്കൊരു വിളി വന്നു
ഫോണിൽ:
'ജോസഫേ,നീയിപ്പോഴെവിടെയാണ്?'

'ക്ഷമിക്കണം,ഇത് ജോസഫല്ല'
എന്നു പറഞ്ഞിട്ടും
അയാൾ വിടുന്ന മട്ടില്ല.

അയാളുടെ ശബ്ദം
വളരെ ക്ഷീണിതമായിരുന്നു.
കുടിച്ചു ലക്കുകെട്ടതു പോലെ
നാവ് കുഴഞ്ഞിരുന്നു.
വിളി അവസാനിപ്പിക്കുന്നതാവും
നല്ലതെന്നു കരുതി
ഞാൻ പിൻവാങ്ങി.

പിന്നീട് തുടർച്ചയായി
വിളി വന്നുകൊണ്ടിരുന്നു.
ശല്യമായപ്പോൾ
ഒന്നു കൂടി അയാളോട് സംസാരിച്ച്
ഫോണൊഫാക്കിയിടാമെന്നു കരുതി
'എന്താണ് നിങ്ങൾക്കു വേണ്ടത്?'
എന്നു ഞാനയാളോട് കയർത്തു.

'ക്ഷമിക്കണം,
നിങ്ങൾ തിരക്കിലാണെന്നറിയാഞ്ഞിട്ടല്ല,'
അയാളെന്നോടു പറഞ്ഞു:
'നിങ്ങളുടെ ഭാര്യ പ്രസവിച്ചു കിടക്കുകയാണ്
പുൽക്കൂട്ടിൽ.
നിങ്ങൾ കാവൽ നിൽക്കുകയും.
നിങ്ങളെത്തേടി മൂന്നു വിജ്ഞന്മാർ
വന്നേക്കാം.
സത്യമവർ നിങ്ങളോട്
പറയുകയേയില്ല.
എന്നാലൊരു കാര്യം
എനിക്ക് നിങ്ങളെ അറിയിച്ചേ പറ്റൂ,
ജോസഫേ,നിങ്ങളുടേതല്ലാത്ത
ഗർഭമായിരുന്നില്ലേ?
വിസ്മൃീ,
നിങ്ങളുടെ മകനെന്ന്
എന്തിനാണിങ്ങനെ
കാവൽ നിൽക്കുന്നത്?'
അയാളവസാനിപ്പിച്ചു.

ജോസഫേ,
നിങ്ങളിപ്പോൾ എവിടെയാണ്?

12. ഒഴിഞ്ഞ കസേര

കസേരയെടുക്കേണ്ടയെന്ന്
ആരോ വന്ന് ചോദിച്ചു.
വേണ്ടെന്ന് പറഞ്ഞു മകൻ.
അച്ഛനിരിക്കുമായിരുന്ന കസേര
അച്ഛനതിലിരിപ്പുണ്ടെന്ന്
ഒഴിഞ്ഞു കിടന്നു.
കസേരയ്ക്കപ്പുറം
ഇറക്കിക്കിടത്തിയ അച്ഛനെ
കസേരയിലിരുന്ന അച്ഛൻ
കൗതുകത്തോടെ നോക്കുകയാണെന്ന്
മകൻ ദുഃഖത്തോടെ കണ്ടു.

കസേരയിറക്കേണ്ടെന്ന്
കേട്ടയാൾ തെല്ല് വേദനയോടെ
മകനെ നോക്കി
വാടകക്കസേരകളിറക്കാനായി
ധൃതിപ്പെട്ടു.

മുറ്റത്തു നിരത്തിയ കസേരകളിൽ
മരണമന്വേഷിച്ചു വന്നവരിൽ
ചിലർ ഇരുന്നു.
ശവം പുറത്തേക്കെടുത്തതും
കസേരകളത്രയും ഒഴിഞ്ഞു.
എല്ലാവരും പലവഴിക്കു പോയി.

അച്ഛന്റെ ഒഴിഞ്ഞ കസേരയിൽ
അച്ഛൻ മാത്രമിരുന്നു.
അതിൽ മറ്റുള്ളവർ
ഇരിക്കാൻ മടിച്ചു.
ഒഴിഞ്ഞ കസേര
അച്ഛന്റെ കസേരയായി
ഒരു മൂലയിലേക്ക് മാറ്റിയിട്ടു.
അതിനരികിലെത്തുമ്പോൾ
വീട്ടിലുള്ളവരത്രയും
മൗനം പാലിച്ചു.

കസേര മാത്രം
മരിച്ചിരിപ്പായി.

13. പാതിരാത്തെരുവോരം

വായിക്കാതെ വെച്ച പുസ്തകം
തനിയെ തുറന്ന്
എനിക്കു വായിച്ചു തന്ന
കവിതയാണ്
പാതിരായ്ക്ക് ഞെട്ടിപ്പിടഞ്ഞെഴുന്നേറ്റ്
ഞാൻ നിനക്കെഴുതിയത്.

അതിൽ കവിതയുണ്ടായിരുന്നോ?
ഇരുട്ടുണ്ടായിരുന്നോ?
വെളിച്ചമുണ്ടായിരുന്നോ?
നിലാവും നിഴലുമുണ്ടായിരുന്നോ?

ആരുമില്ലാത്തൊരു തെരുവിൽ
ഒറ്റയ്ക്ക് നടക്കുന്നു.

തെരുവുവിളക്കുകൾ
ഉറക്കം തൂങ്ങുന്നു.
ആകാശത്ത് നക്ഷത്രങ്ങൾ
പകച്ചു നിൽക്കുന്നു.

ഏത് തെരുവിലായിരുന്നു
നിന്റെ വീട്?
ആരാണിന്ന് നിന്നോടൊപ്പം
അരിശം തീർക്കുന്നത്?

അയാൾ ലഹരിയിലായിരുന്നോ?
മൂക്കു പിഴിയുമ്പോലെ
നീ അയാളെ വാതിലിലൂടെ
പുറത്തെറിഞ്ഞുവോ?

നിന്റെ വാതിൽ
ഞാൻ കണ്ടെത്തുകയില്ല,
പകലായാലും.
പാതിയുറക്കത്തിൽ
തെരുവോരത്ത്
എഴുന്നേറ്റിരിക്കുമൊരാൾ
പാടുന്ന പാട്ടെന്താവും?

പട്ടികൾ
ഓടിയണയുന്നുണ്ട്.
അവയിലാരോ പാടുന്നുണ്ട്.
മറ്റുള്ളവർ
ഏറ്റു പാടുന്നുണ്ട്.
അവയുടെ രാഗമെന്താവും?

വായിക്കാതെ വെച്ച
പുസ്തകം പോലെ
നഗരം.
അതിലോരോ വരിയിലും
കുടുങ്ങിപ്പോയ തെരുവുകൾ.
വായിക്കാൻ മറന്നു പോയ
ഒരക്ഷരത്തിൽക്കുടുങ്ങി
ഞാനൊരുറുമ്പ്.
നീ വായിച്ചതെന്തായിരുന്നു?

14. അണ്ണാൻ വര

എന്റെ പുറത്തെ
അടികിട്ടിയ പാടുകൾ
കാണാനാവുന്നില്ലെങ്കിലും
നീറുന്നുണ്ട്.
ആരടിച്ചുവെന്നോ
എന്തിനടിച്ചുവെന്നോ
അറിയില്ല.
ശ്രരാമൻ തടവിയതാവും
എന്നാരോ വളിച്ചു.

ആരൊക്കെയോ
ഓടിപ്പോകുന്നതിനിടയ്ക്കാണ്
പുറത്തടി വീണത്.
ഓടെടാ,യെന്നാരൊക്കെയോ
കൂവിവിളിക്കുന്നുമുണ്ടായിരുന്നു.
ഇടവഴിയായതിനാൽ
മാറി നിൽക്കാനധികമിടമില്ല.
ഇരുട്ടായതിനാൽ
തിരിച്ചറിയാനുമാവില്ല.

ആശുപത്രി ജാലകത്തിനപ്പുറമുള്ള
വേപ്പു മരത്തിൽ
ഒരണ്ണാനിരിക്കുന്നു.
വെണ്ണീറുകൊണ്ട് വരയിട്ടതു പോലെ

മൂന്നുവരകൾ.
ജന്മാന്തരങ്ങൾക്കുമപ്പുറം
ആരുടെയോ കൈകൾ
പെരുമാറിയതാവണം.

തെല്ലൊന്നു തിരിഞ്ഞു കിടന്നപ്പോൾ
വേദന കൊണ്ട് ഞരക്കമുണ്ടായി.
അണ്ണാൻ പെട്ടെന്ന് വാലുയർത്തിച്ചിലച്ചു.

15. പാകത്തിന്

രാവിലെ അമ്പലത്തിൽ പോകണം,
അയാൾ കുളിച്ചു.
അതിന് ഭക്തിയുണ്ടോ?
പാകത്തിന്.

ചന്തയിൽച്ചെന്ന് മീനും
പച്ചക്കറികളും വാങ്ങണം,
അയാൾ ധൃതിപ്പെട്ടു.
സസ്യേതരനാണോ?
പാകത്തിന്.

യുക്തിവാദിസമ്മേളനത്തിനെത്തണം
ടൗൺഹാളിൽ,
അയാൾ ചിരിച്ചു.
അതിന് യുക്തിയുണ്ടോ?
പാകത്തിന്.

രക്തസാക്ഷി റാലിയാണ്
വൈകീട്ട്,
അയാൾ ഗൗരവപ്പെട്ടു.
രാഷ്ട്രീയമോ?
പാകത്തിന്.

അവസാനം മരിച്ചുകിടന്നപ്പോൾ

ആരോ പറഞ്ഞു,
എന്തൊരാരോഗ്യമായിരുന്നു.
ഉപ്പ് പഞ്ചസാരയെല്ലാം
പാകത്തിനായിരുന്നു.
ഹൃദയം കരൾ വൃക്ക
ഒക്കെയും പാകത്തിനായിരുന്നു.
ചിന്ത മസ്തിഷ്ക്കം
ബഹുപാകത്തിനായിരുന്നു.
എവിടെയുമെത്തുമായിരുന്നു,

മറ്റാരോ പറഞ്ഞു.
മനുഷ്യത്വം
ഹോ,പാകത്തിനായിരുന്നു.

16. ചതുരം

കാമുകർ ഒറ്റയ്ക്ക് താമസിക്കുന്ന
മുറികളെപ്പോഴും ഇരുണ്ടിരിക്കുമോ?
ഞാനൊരിരുണ്ട മുറിയിൽ താമസിക്കുന്നു.
ഇതുവരെയും കാമുകനായിട്ടില്ല.

മുറിക്ക് ഒരു വാതിലുണ്ട്
അതിലൂടെ ഞാൻ അകത്തേക്കും
പുറത്തേക്കും കടക്കുന്നു.
മുറിക്കൊരു ചെറിയ ജനവാതിലുണ്ട്.
അതിലൂടെ എന്റെ ഏകാന്തത
അകത്തേക്കും പുറത്തേക്കും
യഥേഷ്ടം സഞ്ചരിക്കുന്നു
കാറ്റിനെപ്പോലെ.
ചിലപ്പോഴൊക്കെ വെയിൽ നാളങ്ങൾ
എത്തിനോക്കുന്നു.
ഒളിച്ചും പാത്തും നിലാവ്
നാണിച്ചെത്തുന്നു.
മണങ്ങളെപ്പോഴുമുണ്ട്.
പൂക്കളുടെ ഓടയുടെ വിയർപ്പിന്റെ
രക്തത്തിന്റെ മൂത്രത്തിന്റെ.
ഇതൊക്കെയും എപ്പോഴും ഞാനറിയുകയില്ല.
മുറിയിൽ ഞാനെത്തുന്നതെപ്പോഴും
ഉറങ്ങാനായി മാത്രമാണ്.

രാത്രിയെന്നില്ല പകലെന്നില്ല
ഞാനെപ്പോഴും കർമ്മനിരതനാണ്.
മറ്റുള്ളവരുടെ കീശയിലാണ്
എന്റെ അന്നം.എന്റെ സ്വപ്നം.
ഞാനതിൽ വിദഗ്ധനാണ്.
എന്നിട്ടിന്നുവരെ ഒരൊറ്റപ്പെണ്ണിന്റെയും
കരൾ കവരാനെനിക്കായില്ല.
അതെന്നെ വല്ലാതെ ദുഃഖിതനാക്കുന്നു.

ഏകാന്തത ജനലിലൂടെ എന്നെ നോക്കുന്നു.
ഞാനാ നോട്ടത്തെ അവഗണിച്ച്
പുറത്തേക്ക് നോക്കുന്നു.
ഹൃദയമിടിപ്പിന് വേഗം കൂട്ടി
ഒരു പെൺകുട്ടി നടന്നു പോകുന്നു.
അവളുടെ പിൻഭാഗമേ കാണാനാവൂ.
ജനൽച്ചതുരം അവളടക്കം
ഞാനടിച്ചു മാറ്റുന്നു.
അവളെന്റെ മുന്നിൽ നിൽക്കുന്നു.
എന്റെ മുറി ഇപ്പോഴിരുണ്ടതല്ല.

കാമുകർ ഒറ്റയ്ക്ക് താമസിക്കുന്ന
മുറികളെപ്പോഴും പ്രകാശപൂരിതമായിരിക്കും.
ഞാനിപ്പോഴൊരു കാമുകനാണ്.

17. കഥ കഴിക്കുമ്പോൾ

മൂക്ക് പിടിക്കുമ്പോൾ
നിങ്ങൾ പറഞ്ഞു,
എന്തോ ചീഞ്ഞുനാറുന്നുണ്ടാവണം.

വായ പൊത്തുമ്പോൾ
നിങ്ങൾ കരുതി,
എന്തോ സഹിക്കാനാവാതാവണം.

കണ്ണടയ്ക്കുമ്പോൾ
നിങ്ങൾ തീരുമാനിച്ചു,
കാഴ്ചയത്രയും ബീഭത്സമാവണം.

തലയാട്ടുമ്പോൾ
നിങ്ങൾക്ക് സമാധാനമായി,
എല്ലാം സമ്മതിച്ചതാവണം.

മുഖം മറച്ചപ്പോൾ
നിങ്ങൾക്ക് സന്തോഷമായി,
ലജ്ജയാവണം.

ചെവിയാട്ടാനാവുകയില്ല.
വാലില്ലാത്തതിനാൽ വാലും.
കഴുത്ത് നീട്ടുകയല്ലാതെ.

വെട്ടുന്നതിനു മുമ്പ്
മൂർച്ച കൂട്ടണേ,വാക്കുകൾക്ക്.
ഒറ്റവെട്ടിന് തീർത്തേക്കണം,കഥ!

18. ഉറുമ്പോപ്യ

ഉറുമ്പുകൾ വിതയ്ക്കാറില്ല
കൊയ്യാറില്ല.മെതിക്കാറില്ല.
പത്തായം നിറയ്ക്കും.
അവയ്ക്ക് പഥ്യം
അരിമണിയാണ്.
ദുരിതകാലത്തേക്ക്
എന്തൊരു കരുതലാണവയ്ക്ക്.

ഉറുമ്പുകളുടെ
ജാഥ കണ്ടിട്ടുണ്ടോ?
എന്തൊരച്ചടക്കമാണ്.
വരി തെറ്റുകയില്ല.
തെറ്റിപ്പോയാലും
കൂട്ടത്തിലേക്കു തന്നെ
വന്നു ചേരും.
വരുന്നവനെ
ചുംബിച്ച് സ്വീകരിക്കും.
ഒറ്റപ്പെടാനാവുകയേയില്ല.

വർഗപരമായ കാഴ്ച്ചപ്പാടുള്ള
ഒരു രാഷ്ട്രീയപ്പാർട്ടി.
വർഗരഹിതമായ
ഇടപെടലുകളുടെ
സമൂഹം.

ജനാധിപത്യമല്ല
ഭരണകൂടമേ സ്വയം
കൊഴിഞ്ഞുപോയ
രാഷ്ട്രസംസ്കൃതി.

ഉട്ടോപ്യയല്ല
ഉറുമ്പോപ്യ!

മാളത്തിനകത്തുള്ള
രാഷ്ട്രമീമാംസയെക്കുറിച്ച്
ഉറുമ്പുകളിതുവരെ
വ്യക്തമാക്കിയിട്ടില്ല.
തീർത്തും സുതാര്യമായിട്ടില്ലാത്ത
ഒരു ഭരണകൂടഭീകരതയെക്കുറിച്ചുള്ള
ചർച്ച ഇനിയും സാധ്യമാകുമോ?
സമ്പാദ്യശേഖരമത്രയും
പ്രളയം കവർന്നെടുത്ത
ദുരിതകാലത്തും?

ഉറുമ്പുകൾ
കാത്തുവെക്കുന്നുണ്ടാവണം
ഇനിയുമൊരു
പ്രത്യയശാസ്ത്രനിരപേക്ഷമായ
ക്ഷാമകാലത്തിനായി.

19. പരിചയക്കാരൻ

നല്ല പരിചയമുണ്ട്.
പരിചയമല്ല,
അയാളുടെ നെഞ്ചിടിപ്പ്
തന്റെ ഹൃദയമിടിപ്പെന്ന പോലെ.
ചിരിയോ തന്നെത്തന്നെ
കണ്ണാടിയിൽക്കാണുമ്പോലെ.
എവിടെയാണ് മുമ്പ്
കണ്ടതെന്ന് മറന്നതു പോലെ.

അയൽവാസിയല്ല.
പഠിപ്പിച്ച ഗുരുക്കന്മാരാരുമല്ല.
നാടുവിട്ട അമ്മാവന്മാരല്ല.
സുഹൃത്തുക്കളൊരുമല്ല.
അവരാരുടേയും തന്തമാരല്ല.
സ്ഥിരഭക്ഷണശാലയിലെ
വിളമ്പുകാരാരുമല്ല.
ഓട്ടോക്കാരനോ കണ്ടക്ടറോ അല്ല.
പച്ചക്കറി പഴക്കടക്കാരാരുമല്ല.
മീൻ ചന്തയിലേയല്ല.
പമ്പിലെ എണ്ണയടിക്കുവോരല്ല.
ട്രാഫിക് പോലീസല്ല.
പോസ്റ്റുമാനല്ല.
വഴിയിൽക്കണ്ട
ഒരു മുഖവുമല്ല.

കൗമാരത്തിലേ മറ്റേതോ
ലോകത്തിലേക്ക് പിരിഞ്ഞു
മാഞ്ഞ അച്ഛനല്ല.

പിന്നാരാണ് പിന്നാരായിരിക്കാമെന്ന്
കണ്ണാടിയിൽത്തന്നെ ഞാൻ
തിരിഞ്ഞും മറിഞ്ഞും നോക്കുന്നു.

20. തയ്യൽക്കാരൻ

അളവ് കൃത്യമായെടുത്ത്
എനിക്കായി തുന്നും
കുപ്പായം
തയ്യൽക്കാരൻ.

ഞാനതണിഞ്ഞ്
പണിക്കും തെയ്യത്തിനും
കല്യാണത്തിനും ശവമടക്കിനും
ഘോഷയാത്രക്കും സമ്മേളനത്തിനും
പാർട്ടിപ്പരിപാടികൾക്കും പോകും.

അവസരങ്ങൾക്കൊത്ത്
പല ഭാവങ്ങളിലാകുമെന്നെ
തൊട്ടുതൊട്ട് നിന്ന്
നേർതാങ്ങും കുപ്പായം.
അലക്കിപ്പിഴിഞ്ഞ്
നിറം മങ്ങി
പിഞ്ഞിത്തുടങ്ങിയപ്പോൾ
ഞാനതിനെ ഒഴിവാക്കി
അളവു പറഞ്ഞ്
ആരോ തുന്നിവെച്ചൊരു
കുപ്പായം വാങ്ങി.
പഴയതു പോലെ

അതു മണിഞ്ഞ്
പലവഴി പോകുന്നു.

ആത്മാവിനെക്കുറിച്ച്
എനിക്കൊന്നുമറിയില്ല.
എന്നാലീയുടുപ്പുകൾ
അവനവന്റെ അളവിലല്ലെങ്കിൽ
ഒരു സുഖവുമുണ്ടാവില്ല.
തയ്യൽക്കാരനാരായാലും.

21. ലിംഗാതിവര്‍ത്തനം

എല്ലാ ആണുങ്ങളും
പെണ്ണുങ്ങളായിപ്പോകുന്ന
അവസരങ്ങളുണ്ട്
ജീവിതത്തില്‍.

എത്ര പുരുഷപൗരുഷമാര്‍ന്നൊരാളും
അത്രയും സ്ത്രൈണമസൃണമായിപ്പോകും
സന്ദര്‍ഭങ്ങള്‍
ഒരിക്കലെങ്കിലും അഭിമുഖീകരിക്കാതിരിക്കുമോ
ജീവിതത്തില്‍?

ദുഃഖത്തിന്റെ ആഴക്കയത്തില്‍
മുങ്ങിപ്പോകുമ്പോള്‍
നീര്‍ക്കയം താങ്ങാതുയരും
നെടുവീര്‍പ്പില്‍
പിടി വിട്ടു പോകാറില്ലേ
ആണത്തം?

എല്ലാ ആണുങ്ങളും പിടിവിടുമ്പോള്‍
പെണ്ണായിപ്പോകും ജീവിതത്തില്‍.
ഒരു കവിതയിലും
എഴുതി ഫലിപ്പിക്കാനാവാത്ത വിധം
അത്രയും വഴുതും
ഇടവരമ്പില്‍

നൃത്തപദവിന്യാസത്തിൽ
ലയസ്ഫൂർത്തിയിൽ.

ഒരാണ് പെണ്ണായിപ്പോകുന്നതിന്റെ
ഉടൽ നടുക്കത്തിൽ
ആരറിയുന്നു പ്രകൃതി
പുരുഷനെക്കവരും രതം?
ചിറകുകൾ പകരും ഉന്മാദം?
ഒരാണും ഒരാണല്ലാതാവും
അഭിരാമം?
അതിവർത്തനം?

22. ആഗോളം

എന്റെ അയൽവാസി ദുബായിലാണ്.
മറ്റൊരയൽവാസി ഷാർജയിലാണ്.
അതിനടുത്ത വീട്ടിലെയാൾ യു കെയിലാണ്.
അതിനപ്പുറത്തെയാൾ കാനഡയിലാണ്.
അപ്പുറത്തവൾ ആസ്ത്രേലിയയിലാണ്.
ഇപ്പുറത്തവൾ ന്യൂസിലാന്റിലാണ്.
അതിനിപ്പുറത്തവൾ നൈജീരിയയിലാണ്.
അങ്ങൊരാൾ ഹോങ്കോങ്ങിലാണ്.
സ്കോടലാന്റിലാണ്.
ഈജിപ്തിലാണ്.
സിങ്കപ്പൂരിലാണ്.
മലേഷ്യയിലാണ്.
ജപ്പാനിലാണ്.
ഇസ്രായേലിലാണ്.
തായലാന്റിലാണ്.
റഷ്യയിലാണ്.
ചിലിയിലാണ്.
ചൈനയിലാണ്.
ചൊവ്വയിലാണ്.
ചന്ദ്രനിലാണ്.

എന്നാലെന്റെ വീട്ടിലെ
പുറംപണിക്കാരൻ
ബീഹാറിയാണ്.

തെങ്ങു കയറ്റക്കാരൻ
ആസാമിയാണ്.
ഓട്ടോക്കാരൻ
ഹരിയാൻവിയാണ്.
ബസ്‌ഡ്രൈവർ
യു പി യാണ്.
ഞങ്ങളൊരാഗോള
ഗ്രാമത്തിലാണ്.

23. മിണ്ടാപ്പൂച്ച

മനസ്സൊരു പൂച്ചക്കുട്ടിയാണ്.
എവിടെയൊക്കെക്കൊണ്ടുകളഞ്ഞാലും
തിരിച്ചെത്തുമതേ പടി.
നൂലിൽക്കെട്ടിയെറിയും പന്ത്
കൈകളിലേക്കു തന്നെ
തിരിച്ചെത്തുമ്പോലെ.

എത്ര തന്നെ അടിച്ചോടിച്ചാലും
കാലിടയിൽ വാലുരുമ്മി
ആശ്വസിപ്പിക്കും.
ഏകാന്തമെന്ന്
ഒറ്റയ്ക്കിരിക്കുമ്പോൾ
ചാടി മടിയിലെത്തും.
അതിന്റെ പുറം തലോടി
എവിടെയൊക്കെയോ അലയും.
ധൃതിയിലെങ്ങോ
വലിച്ചെറിഞ്ഞാലും
നാലുകാലിൽത്തന്നെ വീഴും.
അവനവനിലേക്കു തന്നെ.

വളരുന്തോറും
ധാർഷ്ട്യം കൂടും.
പിടി വിടില്ല.
കണ്ണടച്ച് പാല് കട്ടു കുടിക്കും.

മിണ്ടാതെ ചെന്ന് കലമുടക്കും.
എലിയെന്ന് വിഷമങ്ങളെ
ഇട്ടുരുട്ടും.
അവസാനം അവനവനെത്തന്നെ
വേട്ടക്കാരനും ഇരയുമാക്കും.

ഇടവഴിയിലാണെന്നും പൂച്ച,
മിണ്ടാപ്പൂച്ച.

24. ഭാരതീയൻ

കുന്നുമ്മൽ കണാരേട്ടനാണ്
ശരിക്കും ഭാരതീയൻ.
തെരുവിൽ ഭാരം ചുമക്കയായിരുന്നു
എപ്പോഴും തീയായിരുന്ന കണാരേട്ടൻ.
ഓരോ നിമിഷവും അഭിപ്രായങ്ങൾ മാറ്റും.
അവസരത്തിനൊത്ത് പാർട്ടി മാറും.
ചിലപ്പോൾ മമ്മൂട്ടി പ്രാന്ത്.
ചിലപ്പോൾ മോഹൻലാൽ പ്രാന്ത്.
സത്യനെക്കഴിഞ്ഞേയുള്ളൂ മറ്റാരും.

ഇടയ്ക്ക് പിണറായി
ഇടയ്ക്ക് മോദിജി
ഇടയ്ക്ക് രാഹുൽജി
ഇ എം ഉണ്ടാവുമെപ്പോഴും.

ചില നേരത്ത് നായനാരെന്നു ചിരിക്കും
ചിലപ്പോൾ കരുണാകരനാവും
അച്യുതാനന്ദനെന്ന് വാചകമാവും
ഗാന്ധിജിയെന്ന് ഒറ്റമുണ്ടിലാവും
ചാച്ചാജിയെന്ന് പനിനീർ നെഞ്ചിലണിയും
എന്തൊക്കെയായാലും
താനൊരു ഭാരതീയനാണെന്ന്
എപ്പോഴുമൂറ്റംകൊള്ളും.

തമാശയാക്കുന്നവരെ
പാക്കിസ്താനിലേക്കു പറഞ്ഞുവിടും.
ചൈനീസുപകരണങ്ങൾ ബഹിഷ്ക്കരിക്കും.
ചോറേ കഴിക്കൂ.
മത്തിച്ചാറ് മതി.
വിദേശമദ്യം തൊടില്ല.
കള്ളരിച്ചു കുടിക്കും.

തന്റെയുടൽ ചന്ദനച്ചിതയിലെരിക്കണം
എന്നായിരുന്നു അന്ത്യാഭിലാഷം.

ആരോരുമില്ലാതെ
പീടികത്തിണ്ണയിൽക്കിടന്ന
കുന്നുമ്മൽ കണാരേട്ടന്റെ ജഡം
ആളുകളെടുത്തു നിരത്തരികിൽ
കിടത്തിയപ്പോൾ
നാട്ടുകാർ പാർട്ടി തിരിഞ്ഞ്
അവരവരുടെ പതാകകൾ പുതപ്പിച്ചു.
റീത്തുകൾ നെഞ്ചിൽവെച്ചു.
പൂക്കൾ വിതറി.
ശാന്തിതീരത്തെ ശ്മശാനത്തിൽ
ചന്ദനച്ചിതയെന്ന്
ഗ്യാസടുപ്പിലെരിഞ്ഞു.

കുന്നുമ്മൽ കണാരേട്ടനെ
പിന്നെയാരുമോർത്തില്ലെങ്കിലും
കണാരേട്ടനായിരുന്നു
ശരിക്കും ഭാരതീയൻ.

25. ചതയം

ഇനിയൊരു ശ്രീനാരായണഗുരുവും
ജനിക്കുകയില്ല,
മരിക്കുകയുമില്ല.
ഇനിയൊരിക്കലും
ശിവനേയോ
കണ്ണാടിയോ
പ്രതിഷ്ഠിക്കാനാവുകയില്ല.
ഇനിയൊരു പ്രതിഷ്ഠയും
ഇളക്കി മാറ്റാനാവുകയില്ല.

ഇനിയെങ്ങാൻ
ജനിച്ചു പോയാലോ
തന്റെ തന്നെ പ്രതിഷ്ഠ
സ്വയം നിർവഹിക്കാനേയാവൂ.
തന്നെത്തന്നെ
മഹത്വവൽക്കരിച്ച്
തന്നെത്തന്നെ
കമ്പോളവൽക്കരിച്ച്
തന്നെത്തന്നെ
വില്പനയ്ക്കു വെച്ച്
തന്നിലേ
തിളങ്ങാനാവൂ.

തന്റെ ജാതി

തന്റെ മതം
തന്റെ ദൈവം
എന്നേയാവൂ.

ചരിത്രത്തിൽ
ജാതിയില്ലായിരുന്നിരിക്കാം.
മതവും.
ഗുരുവും.
എന്നാലറിയുവോരറിയും
ചരിത്രമേയില്ലാതിരിപ്പാണ്
പുതു ജാതി,മതം.
ഗുരു.

26. ഞങ്ങളിന്നും ഗ്രാമത്തോടൊപ്പം

ഞങ്ങൾ ഗ്രാമം വിട്ടുപോന്നതിനു ശേഷം
കുന്നുകൾ ഞങ്ങൾക്കു പിറകെ
നഗരത്തിലേക്കു പോന്നു.
ഇപ്പോളവിടെ മണ്ണും കല്ലും വിട്ടിറങ്ങിപ്പോയ
കുഴികളേ കാണാനുള്ളൂ.

ഞങ്ങൾ ഗ്രാമം വിട്ടുപോന്നതിനു ശേഷം
പുഴകൾ വറ്റി ഞങ്ങളോടൊപ്പം കൂടി.
ഇപ്പോളവ നഗരത്തിലെ
ആഴമറ്റ കുഴൽക്കിണറുകളിലേക്കൂറിത്തുളുമ്പി.
അവിടെയിപ്പോൾ ഉറവുകളൂർന്നുപോയ
വരണ്ട പുഴക്കല്ലുകളേയുള്ളൂ.

ഞങ്ങൾ ഗ്രാമം വിട്ടുപോന്നതിൽപ്പിന്നെ
വയലുകൾ തരിശായി.
മരങ്ങൾ പച്ചപ്പൊഴിഞ്ഞു.
ആകാശം വിഷം കക്കിയതായി നീലിച്ചു.
ദൈവങ്ങൾ കാവുകൾ വിട്ടു വന്ന്
തെരുവോരത്തിരുന്ന് യാചകരായി.
രോഷമടക്കാനാവാതെ സൂര്യൻ
കാണുന്നതൊക്കെയുമെരിയിക്കും
ചൂടൊഴിച്ചു.

ചന്ദ്രനാരും തിരിച്ചറിയാതെ
നിലാവെന്നു വിതുമ്പി.
ഉറുമ്പുകൾ
നഗരത്തിലേക്കുള്ള ജാഥയായി.
മരിച്ചവരൊക്കെയും
ഞങ്ങളെ കാണാതെ
കുഴിമാടങ്ങൾക്കു പുറത്തിറങ്ങി
കാറ്റായി വീശി.
വീടും കുടിയും മണ്ണിലമർന്നു
സ്മാരകങ്ങളായി.

ഞങ്ങൾ ഗ്രാമം വിട്ടുപോന്നതിൽപ്പിന്നെ
മഴയുടെ കുത്തൊഴുക്കിൽ
ഗ്രാമം കടലിലേക്കിരച്ചു പോയി.
ഇരച്ചുപോകും വഴി
ഞങ്ങളെത്തേടി വന്നു.
ഞങ്ങൾ ഫ്ലാറ്റുകളിലായതിനാൽ
കയറിയെത്താനാവാതെ
അടിയിലെ മണ്ണിളക്കി.
ഗ്രാമത്തോടൊപ്പം ഞങ്ങളേയും കൂട്ടി.

ഗ്രാമത്തെ ഞങ്ങളൊഴിഞ്ഞാലും
ഗ്രാമത്തിനാവില്ലല്ലോ
ഞങ്ങളെയൊഴിയാൻ!

27. ശിലകളറിയും

ശിലകളെന്തറിയുന്നു
എന്ന് പുച്ഛിക്കരുതേ,
ശിലകളറിയുന്നുണ്ട് എല്ലാം.

വീട്ടിലേക്കുള്ള ചവിട്ടുപടി
അഥവാ
ദേവാലയത്തിലേക്കുള്ള ചവിട്ടുപടി
കരിങ്കല്ലാവും.
അതിന്റെയുടലിൽ ചവിട്ടിയാണ്
അകത്തേക്കും പുറത്തേക്കും.
അതവിടെയുണ്ടെന്ന്
ഓർക്കുകയേയില്ല.

ഒരിക്കൽ പരുക്കനായിരുന്നവ
നിത്യപരിചയത്തിനാൽ
മിനുക്കപ്പെടും.
എന്തൊരു മിനുസമാണതിന്!

ചവിട്ടുന്ന പാദങ്ങളാരുടേതെന്ന്
വ്യവച്ഛേദിക്കാനാവില്ല.
നിരന്തരമായ പാദചുംബനത്താൽ
അതിന്റെയുടൽ
മെഴുകിയതായി.

കരിങ്കല്ലാണ് മനസ്സെന്ന്
കഠിനമാകരുതേ,യിനിയും.
കരിങ്കല്ലിനും
കാണാതിരിക്കുമോ
മനസ്സ്?

28. അവശേഷിക്കുന്നത്

ഓർമ്മകളെ
നിങ്ങൾക്ക് കൊണ്ടുപോകാം.
എന്നാലെന്റെ മറവികൾ
എന്നോടൊപ്പം ശയിക്കും.

വാക്കുകളെ
നിങ്ങൾക്കെടുത്തുമാറ്റാം.
എന്നാലതിൻ വേദന
എന്നിൽ കുടിപാർക്കും.

സ്വപ്നങ്ങളെ
നിങ്ങൾക്കെന്നിലേ മായ്ക്കാം.
എന്നാലാ മായാ തിരശ്ശീല
ഞാനായിരിക്കും.

ദുഃഖങ്ങളെ
നിങ്ങൾക്ക് ചിരിച്ചു തള്ളാം.
എന്നാലതിൻ വറ്റാത്ത ഉറവക്കണ്ണീരിൽ
ഞാൻ തളിർക്കും.

മോഹങ്ങളെ
നിങ്ങൾക്ക് പിടിച്ചുകെട്ടാം.
എന്നാലതിൻ കുളമ്പൊച്ച
എന്റെ ഹൃദയമായിരിക്കും.

ജീവനും
നിങ്ങൾ കവർന്നെടുത്തേക്കാം.
എന്നാലും മരണത്തിന്റെ പോത്തുകൾ
എന്റെ ചെളിയിലേ രസിച്ചു കിടക്കും.

നിങ്ങൾക്കെന്നെ
കൊണ്ടുപോകാനാവില്ല.
എന്നാലും നിങ്ങളെന്നെ
കൊണ്ടുപോയ്ക്കൊണ്ടിരിക്കും.

29. കന്യകാമത്സ്യം

പഠിപ്പു കഴിഞ്ഞ്
ജോലിക്കായി അപേക്ഷകളയച്ചു
കാത്തിരുന്ന കാലത്ത്
പണിയൊന്നുമായില്ലേയെന്ന്
ആളുകൾ കണ്ണ് കൂർപ്പിച്ച കാലത്ത്
പുറത്തിറങ്ങാതെ വീട്ടിൽ
ബുദ്ധനായി ഭവിച്ച കാലത്ത്
അമ്മയുടെ നോട്ടത്തിൽ
ആധി കരിപൂശിയ കാലത്ത്
അച്ഛൻ നിശ്ശബ്ദനായ കാലത്ത്
ആരുമില്ലാത്തൊരു നട്ടുച്ചയ്ക്ക്
പുഴ വക്കത്തൂടെ നടന്നു.
രംഗം ശാന്തമായിരുന്നു.

തൈത്തെങ്ങുകളുടെ തണലത്ത്
പ്രായമുള്ള ഒരാൾ
കൈയിൽ വെള്ളത്തിലേക്കെറിഞ്ഞ
ഒരു ചരടിനറ്റത്ത് പിടിച്ചുകൊണ്ട്
വളരെ ശ്രദ്ധയോടെ
ഇരിക്കുന്നുണ്ടായിരുന്നു.
അയാളുടെ അടുത്തിരുന്നു
അയാളേക്കാളും ശ്രദ്ധയോടെ.

അയാളൊന്നും മിണ്ടിയില്ല.
ചെവിപ്പിറകിൽ നിന്ന് ഒരു ബീഡിയെടുത്ത്
ചുണ്ടിൽ വെച്ചതേയുള്ളൂ
കൈയിലെ ചരട് വിറച്ചു.
പെട്ടെന്നയാൾ ചരടൊരു പ്രത്യേക വേഗത്തിൽ
കുരുക്കി വലിച്ചു.
ചരട് വേഗം വേഗം വലിച്ചെടുത്തു.
ചരടറ്റത്ത് ഒരേട്ടച്ചുള്ളി പിടച്ചു.

ചൂണ്ടയിൽ നിന്നും അയാളതിനെ
അഴിച്ചെടുത്ത് പുതിയ ഇര കോർത്തു
വലിച്ചെറിഞ്ഞു.
ഇതൊന്ന് പിടിക്കെന്ന്
ചരടെന്നെയേൽപ്പിച്ച്
ഉടുത്തിരുന്ന മുണ്ട് പൊക്കി
അടിയുടുപ്പിന്റെ കീശയിൽ നിന്ന്
തീപ്പെട്ടിയെടുത്ത് കൊളുത്തി ബീഡി
ആഞ്ഞുവലിക്കാൻ തുടങ്ങി.

പെട്ടെന്നെന്റെ കൈയിലെ ചരട്
ആരോ കൊത്തിയെടുക്കുന്നതായി
ഞാനെനിക്കു നേരെ വലിച്ചു.
നല്ല കനം.
ഞാനതിനെ കരയിലേക്കു വലിച്ചെടുക്കുന്നത്
നോക്കിയിരുന്നതല്ലാതെ
അയാളൊന്നും മിണ്ടിയില്ല.
കരയിലേക്കെത്താറായപ്പോൾ
അയാളതിനെ പൊക്കിയെടുത്തു.

അൽപം വലിയൊരു മീനാണ്.
മത്സ്യകന്യകയെന്നു തോന്നി.
പേരറിയില്ല.

ആ മീനിനെ അയാളെനിക്ക് തന്നു.
ഞാനതിനെ രണ്ടുകൈകളിലായി ചേർത്തു
വീട്ടിലെത്തി അമ്മയുടെ കറിച്ചട്ടിയിലിട്ടു.
അത് ശ്വസിക്കുന്നുണ്ടെന്നും എനിക്കു നേരെ
കണ്ണിറുക്കി ചിരിക്കുന്നുണ്ടെന്നും തോന്നി.

കുടമ്പുള്ളിയിട്ട് വറ്റിച്ചെടുത്ത ആ മീൻകറി
എനിക്ക് കഴിക്കാനായില്ല.
മീൻ തൊട്ടുകൂട്ടുകയില്ലെന്ന്
അന്നു തീരുമാനിച്ചു.

അങ്ങനെയിന്നും
അവിവാഹിതനായിത്തുടരുന്നു.
ഇടയ്ക്കിടെയൊരു കന്യകാമത്സ്യം
കാണാക്കയങ്ങളിൽ നിന്ന്
കണ്ണെറിയാറുണ്ടെങ്കിലും.

30. കാഴ്ച്ചപ്പാട്

നേത്രരോഗവിദഗ്ദ്ധൻ
എന്നോട് വായിക്കാൻ
പറഞ്ഞു.

മുന്നിൽ ചുവരിലിരുത്തിയ
അക്ഷരങ്ങളെ മുകളിൽ നിന്ന്
വലിപ്പക്രമത്തിൽ വായിച്ചു തുടങ്ങി.
മദ്ധ്യത്തിലെത്തിയപ്പോൾ
പൂർണമായും തെളിഞ്ഞു കിട്ടാതായി.

പിന്നെയോരോ ഗ്ലാസുകൾ
ഓരോ കണ്ണിനും മുകളിലിട്ട്
വായിക്കാൻ പറഞ്ഞു.
കൂടുതൽ തെളിയുന്നതേതെന്നും
തെളിവു കുറവേതെന്നും
ചോദിച്ചു കൊണ്ടിരുന്നു.
കാഴ്ച തീർച്ചയാക്കി.
കണ്ണടയെഴുതിത്തന്നു.

പുറത്തിറങ്ങിയപ്പോൾ
എനിക്കെന്റെ കാഴ്ച്ചയുടെ
പരിമിതിയെന്തെന്ന്
ബോധ്യമായി.

മദ്ധ്യവർഗത്തിനും മുകളിലേക്കാണ്
കണ്ണട വെക്കാതുള്ള കാഴ്ച.

എന്റെ കാഴ്ച്ചപ്പാടിൽ
വരുന്നതത്രയും വലുപ്പമുള്ളതാണ്.
കീഴ്പ്പോട്ടുള്ള വർഗങ്ങളൊന്നും
കാഴ്ച്ചയിൽ തെളിയുന്നേയില്ല.
അവയൊക്കെയും
കാഴ്ച്ചപ്പാടിൽ തെളിയാത്തൊരു കൂട്ടം.
അവയെ വലുതാക്കും
കണ്ണട വച്ചാലേ കാണാനാവൂ.
കണ്ണടയില്ലാതായാൽ
അവയൊക്കെയും
കാഴ്ച്ചപ്പാടിന് പുറത്താണ്.

കാഴ്ച്ചപ്പാടാണ്
ഏതൊരു സമൂഹത്തിലും
പ്രധാനം.

31. ചില സങ്കടങ്ങൾ

ചില സുഹൃത്തുക്കൾ
പ്രൈമറി സ്ക്കൂൾ കഴിഞ്ഞപ്പോഴേ
വിട പറഞ്ഞു.
ചിലർ കൂടെ നിന്നു.
ചിലരെ വർഷങ്ങൾക്കു ശേഷം
ചിലപ്പോഴൊക്കെക്കണ്ടു.
ചിലരെയൊരിക്കലും കണ്ടതേയില്ല.
ചില സുഹൃത്തുക്കൾ
ഹൈസ്ക്കൂൾ പിരിഞ്ഞപ്പോഴേ
പിരിഞ്ഞു.
ചിലരൊന്നും വിട്ടതേയില്ല.
ചിലരെ വർഷങ്ങളേറെയായും കണ്ടു.
ചിലരോ കൂടെയല്ലാതെയും കണ്ടു.
ചില സുഹൃത്തുക്കൾ
കോളേജാനന്തരം പിരിഞ്ഞു.
ചിലരോ വഴി മാറി.
ചിലരോ കൂടെപ്പോന്നു.
ചിലരോ കൂടെയെത്താതെ
വഴിയിലെങ്ങോ കണ്ടു.
ചില സുഹൃത്തുക്കൾ
എല്ലാറ്റിനും കൂടെക്കൂടി.
ചിലരോ കൂടാതെ കൂടി.
വേലയിലും വേളിയിലും
വേവലാതിയിലും

തുണയായി.
ജീവിതമെന്നായിരുന്നു
പ്രയാണം.
ചില സുഹൃത്തുക്കൾ
ജീവിതശേഷവും
പിരിയാതിരിക്കുമോ?
കൂടെയെന്ന്
തോൾപിടിക്കുമോ?
മരിച്ചുചെല്ലുമിടത്തിലും
കാത്തിരിപ്പുണ്ടാകുമോ?
സുഹൃത്തുക്കളേ,
പറയാമോ?

32. ബ്രാഞ്ച്മെമ്പർ

കുന്നുമ്മൽ കുഞ്ഞാണ്ടെട്ടനെ
നിങ്ങളുമറിയും.
അമ്പതു വർഷമായി
പാർട്ടിയുടെ അടിസ്ഥാനഘടകമായ
ബ്രാഞ്ച്മെമ്പർ.
കേഡർ.

അതിനപ്പുറത്തേക്ക് ഇന്നുവരെ
പോകാനിഷ്ടപ്പെടാത്തയാൾ.
പോകില്ലെന്നു വാശി പിടിക്കുമയാൾ.
ഭൗതികമായൊരടിത്തറയിൽ
ജീവിക്കാനിഷ്ടപ്പെടുമൊരാൾ.
തന്നെത്തൊടുമാളുകളുടെ
പ്രയാസങ്ങളത്രയും
തന്നിൽ ലയിപ്പിക്കുമൊരാൾ.
ഭരണപക്ഷത്തായാലും
പ്രതിപക്ഷത്തായാലും
തന്നോടൊപ്പമുള്ളവരുടെ
പ്രശ്നങ്ങളും പ്രയാസങ്ങളും
ഏറ്റെടുത്തായാസപ്പെടുമൊരാൾ.
ആവലാതികൾ കേട്ടുകേട്ടു
കൂനുപോയൊരാൾ.

നടന്ന വഴികളത്രയും
ഇന്നലെ അയാളുടെ
കാലടികളിൽനിന്നൊഴിഞ്ഞു പോയി.
കണ്ടതും കൊണ്ടതുമായതൊക്കെയും
കണ്ണുകളിൽ നിന്നും മാഞ്ഞു പോയി.
കേട്ട കേൾവികളും രോദനങ്ങളും
കാതിൽ നിന്നകന്നു പോയി.
കിടന്ന കിടപ്പിൽ
അയാളെങ്ങോട്ടോ പോയി.

വന്നു കണ്ടവരിലാരോ പറഞ്ഞു:
കുഞ്ഞാണോേട്ടൻ ഇനിയിവിടെയില്ല,
മേൽ ഘടകത്തിലേക്കു പോയി.
കുഞ്ഞാണോേട്ടൻ
ഒരിക്കലുമാഗ്രഹിക്കാത്ത
ഏതോ ഇടമാണിനി
അദ്ദേഹത്തിന്റെ പ്രവർത്തനമേഖല.

ഞങ്ങളെ വിട്ടുപോയതിൽ
കുഞ്ഞാണോേട്ടനൊരിക്കലും
സന്തോഷിക്കുകയില്ല.
ഞങ്ങൾക്കെന്നാൽ
സന്തോഷമാണോ,സങ്കടമാണോ?

ഇതുവരെയും ഞങ്ങളെ
വിട്ടുപോയിട്ടേയില്ലാത്ത
കുഞ്ഞാണോേട്ടൻ.

33. ഗണപതി

കുന്നോരത്തിലേക്കുള്ള
വഴിയിലൊരാൽമരമുണ്ട്.
ആൽമരത്തിൻ ചോട്ടിൽ
ഗണപതിയുടെ
കരിങ്കൽപ്രതിമയും.
പ്രതിമയ്ക്കു മുമ്പിലായി
ഒരു കരിങ്കൽ പീഠവും.
അമ്പലത്തിലേക്ക് പോകും ചിലർ
വല്ലപ്പോഴുമൊരു തേങ്ങയുടക്കും
ആ കരിങ്കല്ലിലെറിഞ്ഞ്.
പരീക്ഷയ്ക്കു പോകും കുട്ടികളോ
ഉദ്യോഗാർത്ഥികളോ
പ്രണയികളോ
ദമ്പതികളോ
കച്ചവടക്കാരോ
ശത്രുനിഗ്രഹമർത്ഥിക്കുവോരോ
കാര്യസാദ്ധ്യത്തിനായി
എറിഞ്ഞുടയ്ക്കും
മനസ്സ്.

ചീളുകൾ ചിലപ്പോഴൊക്കെ
ഗണപതിയുടെയുടലിലും പതിക്കും.
വേദനിക്കുന്നുണ്ടാവുമോ
മുറിവേൽക്കുമോ

എന്നൊക്കെ നമ്മൾ വേദനിക്കും.
എന്നാൽ
ഗണപതിയുണ്ടോ വല്ലതുമറിയുന്നു,
ആഗ്രഹിച്ചെറിയുന്നവരുടെ
മനസ്സുപോലും?

34. മുറുക്ക്

മുറുക്കിഷ്ടമാണെന്നു
പറഞ്ഞപ്പോൾ
മകൻ എവിടെയൊക്കെയോ
അലഞ്ഞ്
വെത്തിലയും ചുണ്ണാമ്പും
അടക്കയുമായി തിരിച്ചെത്തി.

മകളാകട്ടെ
അടുത്തുള്ളൊരു ബേക്കറിയിൽ നിന്ന്
മുറുക്കെന്ന പലഹാരവുമായെത്തി
മുത്തശ്ശിക്ക് കൊടുത്തു.
പല്ലില്ലാത്തതിനാൽ
മുത്തശ്ശിക്ക്
ആ പലഹാരം കഴിക്കാനായില്ല.

മകനെത്തുമ്പോഴേക്കും
മുത്തശ്ശി
അവസാനത്തെ ആഗ്രഹം സാധിക്കാതെ
കാലഗതി പ്രാപിക്കയും ചെയ്തു.
എല്ലാ വാർഷികത്തിനും
മകൻ മുറുക്കാനും
മകൾ മുറുക്കും
ശവകുടീരത്തിൽ
നേദിക്കുക പതിവായി.

35. ഒച്ചപ്പെടും നിശ്ശബ്ദതയിൽ

ആൾപ്പാർപ്പില്ലാത്ത
അടച്ചിട്ട പഴയ വീടുകൾക്കടുത്തെത്തുമ്പോൾ
പേടി തോന്നും:
ആരുടെയൊക്കെയോ
നിശ്ശബ്ദത ഒച്ചപ്പെടുന്നുണ്ട്
അവയ്ക്കകത്തു നിന്നും.

തുറന്നു വിടൂ,
തുറന്നു വിടൂവെന്ന്
വാതിലിലും ജനൽക്കതകിലും
ചുവരുകളിലും
മുട്ടിമുഴങ്ങുന്നുണ്ട്
നിശ്ശബ്ദത.

നിലവിളികളുടെ
അപ്രാപ്യമായ കേൾവിയിൽ
എന്തൊരു ദയനീയതയാണെന്ന്
മനസ്സിലാവാത്തതെന്ത്?
ആർക്കെങ്കിലുമവയൊന്നു
തുറന്നിട്ടാലെന്ത്?
അടച്ചിട്ട
അത്രയും ശൂന്യമായൊരിടത്തിൽ

ശ്വാസം മുട്ടിപ്പിടയുന്നത്
ഒഴിവാക്കാനാവില്ലേ?

ആൾപ്പാർപ്പില്ലാതെ
അടഞ്ഞുകിടക്കും പഴയ വിടുകൾ
സെമിത്തേരികളേക്കാളും
ദുർഗ്രഹമാണ്.
അവയ്ക്കുള്ളിലെ നിശ്ശബ്ദത
എന്താവാം പുറത്തു ചാടാൻ
ആഗ്രഹിക്കുന്നത്?

മരിച്ചുകിടക്കുമൊരാളെക്കാണുമ്പോഴും
ആരുമില്ലാതെ അടച്ചിട്ട
പഴയവീടാണതെന്നു തോന്നും.
പലപ്പോഴും നമ്മളാണാ
അടഞ്ഞുകിടക്കും വീടുകളെന്നു
തോന്നാറില്ലേ,അത്രയും ഏകാന്തതയിൽ?
ഒറ്റപ്പെടുത്തും നിശ്ശബ്ദതയിൽ?

36. ചെരിപ്പിന്റെ ദൃഷ്ടാന്തം

അമ്പലത്തിൽ നിന്നിറങ്ങി
അഴിച്ചിട്ട ചെരിപ്പിനായി
പരതുന്നു അവൾ.
അവളുടെ പുതിയ ചെരിപ്പില്ല,
പകരമാരോ ചവിട്ടിത്തേഞ്ഞ
വള്ളിപൊട്ടാറായ
ഉയരം കുറഞ്ഞ
ഒരു സാദാ ചെരിപ്പ്.

കുറച്ചകലെ
മാല കെട്ടിക്കൊണ്ടിരുന്ന
പൂവില്പനക്കാരിയായ
വൃദ്ധയോട് തിരക്കി.
അവർ ചെരിപ്പ് ചവിട്ടാറില്ലെന്നും
ദേവി ചവിട്ടിപ്പോയിരിക്കാമെന്നും
പകരമിട്ടേച്ചു ചെരിപ്പെടുത്തോളൂവെന്നും
മാല കെട്ടിക്കൊണ്ടിരുന്നു.

വീടെത്തണമെങ്കിൽ
ചെരിപ്പില്ലാതെ പറ്റില്ലെന്നോർത്ത്
അവളാ ചെരിപ്പണിഞ്ഞ്
പുറത്തേക്കു നടന്നു.

നടപ്പിൽ അവൾ തെല്ലിടറി.
വേഗത്തിൽ നടക്കാനുമായില്ല.
അവൾക്കെന്തോ അസുഖമാണെന്ന്
പരിചയക്കാർ കരുതി.

നഷ്ടപ്പെട്ട ചെരിപ്പിനെക്കുറിച്ച്
അവൾ വേവലാതിപ്പെട്ടു.
വീടിനടുത്തെത്തിയതും
അവളാ ചെരിപ്പ് വഴിയിൽക്കളഞ്ഞു.
നഗ്നപാദയായി വീട്ടിലേക്ക്
കയറിച്ചെന്നു.
മറ്റാരുടേയോ ചെരിപ്പിലേറിയ കാലുകൾ
പലവട്ടം കഴുകി ശുദ്ധയായി.

റാക്കിലേക്ക് നോക്കിയതും വിസ്മയിച്ചു:
തന്റെ പുതിയ ചെരിപ്പ് അവിടെത്തന്നെയുണ്ട്.
ചെരിപ്പ് നഷ്ടപ്പെടുമല്ലോയെന്നോർത്ത്
താൻ ചെരിപ്പിടാതെയാണല്ലോ
അമ്പലത്തിൽ പോയതെന്ന്
അപ്പോഴാണോർത്തത്.

താൻ ചവിട്ടിയ ചെരിപ്പിന്റെ ഉടമ
ഇപ്പോഴവിടെ തിരയുകയാവില്ലേ?
അവൾ ഉപേക്ഷിച്ച ചെരിപ്പെവിടെയെന്ന്
വഴിയിൽ ചെന്നു നോക്കി.
അതവിടെയുണ്ടായിരുന്നില്ല.
അവരിനി മറ്റാരുടെയെങ്കിലും
ചെരിപ്പണിയട്ടെയെന്ന്

ഉദാസീനയായി
തന്റെ ചെരിപ്പെടുത്തണിഞ്ഞ്
ഉല്ലാസവതിയായി.

37. ചൂത്

നിങ്ങൾ നഗ്നയാകുമ്പോൾ
ലോകം നഗ്നമാകുന്നു.
നിങ്ങൾ നഗ്നമാകുമ്പോൾ
അതുവരെ സങ്കല്പിച്ചിട്ടേയില്ലാത്ത
ഒരു ലോകം നിങ്ങൾ കാണും.
ലോകത്തിന്റെ കണ്ണുകളിൽ
ലോകമെന്തെന്നു വെളിപ്പെടും.

ചിലതിൽ രോഷം
ചിലതിൽ സ്നേഹം,കരുണ
ചിലതിൽ അമ്പരപ്പ്
ചിലതിൽ സാഹോദര്യം
അനുകമ്പ,അവമതിപ്പ്
ഭൂരിപക്ഷത്തിലും
നുരയ്ക്കും കാമം.

ഒരുവളെ നഗ്നയാക്കുമ്പോൾ
അവളല്ല നഗ്നയാകുന്നത്
അവളുടെ ഗ്രാമം
ദേശം,രാഷ്ട്രം.
കാലം.

ഒരുവൾ നഗ്നയാക്കപ്പെടുമ്പോൾ
ഒരുവളല്ല നഗ്നയാക്കപ്പെടുന്നത്
കുലം,വംശം
സംസ്കൃതി.

38. മഞ്ഞമരണം

ദാസേട്ടൻ ചിത്രകാരനായിരുന്നു.
വിൻസെന്റ് വാൻഗോഗായിരുന്നു
മൂപ്പരുടെ മാസ്റ്റർ.
മഞ്ഞയായിരുന്നു
ഇഷ്ടനിറം.

കാതറുത്തു കൊടുത്തില്ലെങ്കിലും
കാമുകി ചോദിക്കുന്നതെന്തും
കൊടുക്കുമായിരുന്നു.
എന്നിട്ടും കാമുകി മറ്റൊരാളുടെ കൂടെ
ജീവിതം തുടങ്ങിയപ്പോഴും
ദാസേട്ടൻ വാൻഗോഗിനെ വിട്ടില്ല.
മഞ്ഞയേയും.

മുറ്റം നിറയെ മഞ്ഞറോസാപ്പൂക്കൾ
വേലിക്കൽ മഞ്ഞ അലരികൾ
തൊടിനിറയെ മഞ്ഞ വാടാമല്ലികൾ.
മഞ്ഞളേറും കറികൾ.
മുട്ട കഴിക്കുമ്പോൾ
മഞ്ഞ മാത്രം കഴിച്ചു.
ബുൾസൈയുടെ
മഞ്ഞക്കണ്ണ്.
മുറിച്ചുവരത്രയും
മഞ്ഞകൊണ്ട് നിറച്ചു.

മഞ്ഞക്കരമുണ്ട്,
മഞ്ഞയുടെ വിവിധനിറച്ചേർപ്പിൽ
ഉടയാടകൾ.

മഞ്ഞയല്ലാതെ
മറ്റൊരു നിറവുമില്ലാത്തൊരു ലോകത്ത്
മരണം മഞ്ഞക്കാമിലയുടെ
രൂപത്തിൽ പ്രത്യക്ഷപ്പെട്ട്
ഉടലുമുയിരും മഞ്ഞപുരണ്ട്
ഒരു മഞ്ഞ മരണം.

വാൻഗോഗിന്
ദാസേട്ടനെയായിരുന്നിരിക്കണം
ഇഷ്ടം,
അത്രയും മഞ്ഞയിൽ.

39. തത്ത കൊത്തിയിട്ട ചീട്ട്

നിരത്തോരത്തിരുന്ന
പക്ഷിശാസ്ത്രക്കാരൻ വിളിച്ചു.
ഞാൻ ചെന്നു.

ഭാവിഭൂതങ്ങളറിയണ്ടേ,യെന്നയാൾ.
ഞാനൊന്നും മിണ്ടാതെ
അയാളുടെ മുന്നിലിരുന്നു.
ദക്ഷിണവെക്കാൻ പറഞ്ഞു.
കീശയിൽ കൈയിട്ടപ്പോൾ തടഞ്ഞ
നൂറിന്റെ നോട്ട് ഞാൻ
ശീട്ടുകൾക്കു മേലെ വെച്ചു.

അയാൾ തത്തയെ
പതുക്കെ പുറത്തേക്ക് വിട്ടു.
തത്ത ആദ്യം നോട്ടെടുത്ത്
അയാൾക്കു കൊടുത്തു.
ശേഷം രണ്ടു മൂന്ന് കാർഡുകൾ
ചികഞ്ഞ് ഒരെണ്ണമെടുത്ത്
മാറ്റിയിട്ട് കൂട്ടിലേക്ക് കയറിപ്പോയി.

അയാളാ ചീട്ടെടുത്ത് നോക്കി.
വിശ്വസിക്കാനാവാതെ
വീണ്ടും വീണ്ടും നോക്കി

എന്തുചെയ്യാനെന്ന് തല കുലുക്കി
കാർഡ് എനിക്കുനേരെ നീട്ടി.

കാർഡിൽ ഒന്നുമുണ്ടായിരുന്നില്ല.
ഞാനയാളുടെ മുഖത്തേക്ക്
എന്തെങ്കിലും പറയൂ,വെന്ന
ജിജ്ഞാസയോടെ നോക്കി.
അയാൾ കാർഡുകളൊക്കെയും
വാരിയെടുത്ത് തത്തക്കൂടുമെടുത്ത്
ഒന്നും മിണ്ടാതെ നടന്നുപോയി.

എനിക്കൊന്നും ചെയ്യാനുണ്ടായിരുന്നില്ല.
എല്ലാ ചിത്രങ്ങളും മാഞ്ഞുപോയ
ആ കാർഡ് എന്റെ കൈയിലിരുന്നു.
ഭാവി ഭൂതങ്ങളില്ലാതായ
എന്റെ വർത്തമാനം.

40. ശേഖരം

പഴയ നാണയങ്ങൾ ശേഖരിക്കുന്ന
ഒരാളുണ്ടത്രെ ഞങ്ങളുടെ നാട്ടിൽ.
ധാരാളം നാണയങ്ങളുണ്ടത്രെ
അയാളുടെ ശേഖരത്തിൽ.

പഴയ നോട്ടുകൾ ശേഖരിക്കുമാളുകളുണ്ടാവും.
പഴയ വാർത്തകൾ,പഴയ ചിത്രങ്ങൾ
പഴയ പാത്രങ്ങൾ, കരണ്ടികൾ,കിടാരങ്ങൾ
പഴയ കഥകൾ,കവിതകൾ
പഴയ മണ്ണ് കല്ലുകൾ
ചിപ്പികൾ,തോടുകൾ
പഴയ തൂവലുകൾ,പക്ഷികൾ
മൃഗശീർഷങ്ങൾ,കൊമ്പുകൾ
ഉരഗങ്ങൾ,ശലഭങ്ങൾ
പഴയ പ്രണയങ്ങൾ മരണങ്ങൾ
സങ്കടങ്ങൾ,സന്തോഷങ്ങൾ
വേദനകൾ,വിദ്വേഷങ്ങൾ
പഴയവ ശേഖരിക്കുമൊരാൾ.
പലർ.
കാണും.
എന്നെപ്പോലെ.

ശേഖരിക്കുകയാണ് ഞാൻ
പഴയ മൗനങ്ങൾ.
മറവികൾ.
ഉണ്ടെന്നിലും വലിയൊരു ശേഖരം.

41. ചെക്ക്

ഒരു ചെസ് ബോഡിനപ്പുറവും
ഇപ്പുറവും ഞാനിരിക്കുന്നു.
അപ്പുറത്ത് കറുത്ത കരുക്കളുന്തുന്ന ഞാൻ.
ഇപ്പുറത്ത് വെളുത്ത കരുക്കളുന്തുന്ന ഞാൻ.

വെളുത്ത കാലാളിനെ ഞാൻ മുന്നോട്ടുന്തുന്നു.
കറുത്ത കാലാളിനെ ഞാൻ മുന്നോട്ടുന്തുന്നു.
മുന്നോട്ട് മുന്നോട്ട് ഒഴിഞ്ഞ് തടഞ്ഞ്
കറുത്തവൻ വെളുത്തവനെ
വെളുത്തവൻ കറുത്തവനെ
വെട്ടിവീഴ്ത്തുന്നു.
ഏതായിരിക്കും എന്റെ സ്വത്വം?
എന്റെ പക്ഷം?

യഥാർത്ഥത്തിൽ ഏതു രാജാവിനെയാണ്
ഞാൻ സംരക്ഷിക്കേണ്ടത്?
ഏത് രാജ്യസ്നേഹിയാണ് ഞാൻ?
കറുപ്പോ വെളുപ്പോ?

ഏതെങ്കിലും പക്ഷത്തോട്
എനിക്ക് പ്രത്യേക ചായ് വ് കാണുമോ?
ചായ് വ് അനുവദനീയമോ?
ഒരു ചെസ്ബോഡിലാണോ
ഞാനിപ്പോൾ?

42. സംഭവിക്കാവുന്നത്

വഴിമതിലുകളിൽ
പ്രഭാതം ചാരിനിർത്തിയ നിഴലുകൾ
ആരോ കൊണ്ടുപോയിരിക്കുന്നു.

ഇപ്പോൾ സൂര്യൻ
കനൽച്ചട്ടി തലയിലേറ്റി
നൃത്തം ചെയ്യുമൊരുവളെ
ഓർമ്മപ്പെടുത്തുന്നുണ്ട്.

രാത്രിയെ
തന്റെ കാൽക്കീഴിലൊതുക്കിയെന്ന്
പതിവുപോലൊരുഭ്രാന്തൻ
കവലയിൽ നിൽക്കുന്നു.
പിടി വിട്ടാൽ
നിഴൽ വിഴുങ്ങുമെന്ന്
കൊത്താനടുക്കും രാപ്പാമ്പിനെ
ചവിട്ടിയമർത്തുന്നു.

ദാഹം സഹിയാതെ
ഒരുവൾ
പൊതുകിണറിനെ
ചെരിച്ചൊഴിക്കാൻ
സാഹസപ്പെടുന്നു.

ആകാശത്തിൽ
തലകീഴായി
ഭൂമിയിൽ ചവിട്ടി നിൽക്കും
മനുഷ്യരിലാണ്
എന്നിട്ടും വിശ്വാസം.

43. കർമ്മവിധി

വരി നിൽക്കുമ്പോൾ
തന്റെ മുന്നിൽ നിൽക്കുന്ന ആളെ
നിങ്ങൾക്കറിയാം.
രാമനെന്നാണയാളുടെ പേര്.

കൈയിൽ മഷി പുരട്ടും മുമ്പ്
അയാൾ കാട്ടിയ തിരിച്ചറിയൽ കാർഡിൽ
അയാൾ അബു സലീമാണ്.
അയാളപ്പോൾ നിങ്ങളുടെ
മൂത്തസഹോദരനാണ്.
നിങ്ങളയാളുടെ ഉടൽ
പള്ളിപ്പറമ്പിലെത്തിച്ചിട്ട്
ആറു മാസം കഴിഞ്ഞു.
ഇക്കാ,യെന്നൊരാന്തൽ
നിങ്ങളുടെ തൊണ്ടയിൽത്തടയുന്നു.

അയാളെ ആരും തിരിച്ചറിയുന്നില്ല.
ബൂത്തിലിരിക്കുന്ന വിവിധ കക്ഷികൾ
അയാളോടുള്ള പരിചയം
ചിരിച്ചു കാട്ടുന്നു.
അബുസലീം വോട്ടു ചെയ്ത് മടങ്ങുന്നു.

നിങ്ങൾ വോട്ടുചെയ്ത് തിരിച്ചിറങ്ങുമ്പോൾ
അബുസലീമിനെ വരിയുടെ അറ്റത്ത്

പിന്നെയും കാണും.
അപ്പോളയാളുടെ കൈയിൽ
അയാളുടെ മുഖസാമ്യമുള്ള
ഇസഹാക്കിന്റെ കാർഡാവും.
മഷി മാഞ്ഞ അയാളുടെ ചൂണ്ടുവിരലിൽ
ഇസഹാക്കിനുള്ള മഷി പുരളും.
വണ്ടിയിടിച്ചു തലചതഞ്ഞു മരിച്ച
ഇസഹാക്ക്
ചിരിച്ചു കൊണ്ട് വോട്ടുചെയ്ത് മടങ്ങും.
ആംബുലൻസിലേക്കെടുക്കുമ്പോൾ
ശരീരത്തിലേക്ക് ചീറ്റിയ
ചോരയിതുവരെ കഴുകിത്തീർക്കാനായിട്ടില്ല.

എല്ലാം കഴിഞ്ഞു തിരിച്ച് വീട്ടിലേക്ക് മടങ്ങുമ്പോൾ
രാമന്റെയുള്ളിൽ ആരുടെയാത്മാവാകും?
മരിച്ചുപോയ ആത്മാവുകൾക്ക്
ഉടലാവുകയെന്ന വിശുദ്ധകർമ്മം
നിർവഹിക്കുകയാവണം അയാൾ.
മതേതരമെന്നതിന്റെ അർത്ഥവ്യാപ്തി
ആരറിയുന്നു?
രക്തസാക്ഷിയാവുന്നെങ്കിൽ
ഇങ്ങനെയാവുമോ?

ജനാധിപത്യത്തിൽ
ജനത്തിനല്ലേ ആധിപത്യം?
നിർവഹിക്കപ്പെടേണ്ടവ
നിർവഹിക്കപ്പെടുക തന്നെയാവും.

44. അനുതാപം

ഒരാൾ കരയുമ്പോൾ
നമ്മൾ കരുതും
അയാൾ മാത്രമാണ് കരയുന്നതെന്ന്.
എന്നാൽ കണ്ടു നിൽക്കും നമ്മളും
അയാളിൽ കരയുകയാണ്.
അയാളറിയും
കരയുന്നതെന്തിനെന്ന്.
എന്നാലൊരു കാരണവുമറിയാതെ
അയാളുടെ കരച്ചിലിനൊപ്പം
നമ്മളുമുള്ളിൽ കരയുകയാണ്.

നമ്മളതിനെ അലിവെന്നു കരുതും.
അലിവാണ് മനുഷ്യൻ.
അലിവില്ലെങ്കിൽ
അയാളെന്തൊരു മനുഷ്യനാണ്.
അയാളറിയുകയേയില്ല
നമ്മളും അയാളിൽ
കരയുകയാണെന്ന്.
അറിയാതിരിക്കട്ടെയെന്ന്
നമ്മളതൊളിച്ചു വെക്കും.

നമുക്കറിയാവുന്ന എന്തൊക്കെയോ
നമ്മളെ കരയിക്കുകയാണ്.
അങ്ങനെ കരയുന്നതിന്

ഓരോരുത്തർക്കും കാണുമായിരിക്കും
അവരവരുടേതായ ഹേതു.

അതങ്ങനെയാണ്,
മഴ പെയ്താൽ ഒരു ചാലല്ല
പല ചാലുകളായൊഴുകും ജലം.
ഒരൊറ്റച്ചാലിൽ നിലയ്ക്കാതെ
പല അരുവികൾ, നദികൾ.

എന്നാലൊരാൾ ഏകനായി
ചിരിക്കുയാണെന്ന് കരുതൂ,
അയാളല്ലാതെ ചിരിക്കില്ലാരും.
ആദ്യമൊന്നു പകയ്ക്കുമെങ്കിലും
അയാളെയോർത്തേ ചിരി വരൂ.
പകുത്തെടുക്കാനാവില്ല ചിരി.
പകർന്നെടുക്കാനും.
അവനവനിൽ നിറയുന്നതേ
അവനവന്റെ ചിരി.

45. വാക്കിലില്ലാത്തവ

ഇല ഒരു മരമാണെന്നു പറയാം.
എന്നാൽ ഒരു മരം
ഇലയാണെന്നു നിറയുന്നതെങ്ങനെ?

വെയിൽ ഒരു സൂര്യനാണെന്നു നടിക്കാം.
എന്നാലോ സൂര്യൻ
വെയിൽ മാത്രമാണെന്നെങ്ങനെ മിടിക്കും?

പുഴ ഒരൊഴുക്കാണെന്നുമാവാം.
എങ്കിൽ ഒരൊഴുക്ക്
പുഴ മാത്രമായിളകുവതെങ്ങനെ?

ഓർമ്മ ജീവിതമെന്നു വിടരാം.
എങ്കിലോ ജീവിതം
ഓർമ്മ മാത്രമായ് തുടരുന്നതെങ്ങനെ?

നീ എന്റെ ഹൃദയമെന്ന് പ്രണയിക്കാം.
പക്ഷെ പ്രണയം
നീ മാത്രമെന്നെങ്ങനെയലിയാം?

മരണം വിരാമമെന്നായിടാം
പറയൂ വിരാമം
മരണം മാത്രമായിരുളുകയോ?

അതെ,വാക്കാവും കവിത.
കവിതയോ
വാക്കു മാത്രമായ് തുറക്കുമോ?

46. കുറ്റവും ശിക്ഷയും

നിരാശാ കാമുകനാണെന്ന്
അയാൾ പറഞ്ഞു.
അയാൾ നീണ്ടുപടർന്ന
മുടി ചീകിയിരുന്നില്ല.
താടിയൊതുക്കിയിരുന്നില്ല.
കുളിച്ചിട്ടുണ്ടാവില്ല.
കുടിച്ചിരുന്നു.

ഓടുന്ന തീവണ്ടിയിൽ
ഓടിക്കൊണ്ടിരുന്നു
ഇടയ്ക്കിടെ
ഇരിക്കപ്പൊറുതിയില്ലാതെ.
അയാളെഴുന്നേൽക്കുമ്പോഴൊക്കെ
അയാളുടെ ഇരിപ്പിടത്തിനായി
ഞാനെന്റെ തോൾസഞ്ചി വെക്കും.
എവിടെ പോകുന്നുവെന്നതിന്
അയാൾക്കുത്തരമുണ്ടായിരുന്നില്ല.
അയാളേതോ തടവിലാണെന്നു തോന്നി.

ഞാനൊന്നു മയങ്ങിയുണർന്നപ്പോൾ
അയാളുണ്ടായിരുന്നില്ല,
എന്റെ തോൾസഞ്ചിയും.
തോൾസഞ്ചിയിലാകട്ടെ
വായിക്കാനെടുത്ത രണ്ടു പുസ്തകങ്ങൾ:

കാമുകന്റെ ഡയറിയും
കുറ്റവും ശിക്ഷയും.

പിറ്റേന്നു പുലർച്ചെ
ഞാൻ വീട്ടിലെത്തി.
കുളിച്ച് പ്രാതൽ കഴിച്ച്
ഔദ്യോഗികഭാരങ്ങളൊക്കെയിറക്കി വെച്ച്
സ്വസ്ഥമായി ഉറങ്ങാൻ കിടന്നു.

അവളിടക്കെപ്പോഴോ വന്നു
തട്ടിയുണർത്തി:
നിങ്ങളിന്നലെ വായിച്ച
പുസ്തകമേതായിരുന്നുവെന്ന്
ചോദിച്ചു.
കാമുകന്റെ ഡയറിയെന്നു കേട്ടതും
അവൾ തലയിൽ കൈവെച്ചു.
എങ്കിലത് അയാൾ തന്നെ,
അവൾ പറഞ്ഞു.

റെയിൽപാളത്തിൽ തലവേറിട്ടു കിടന്ന
ആളുടെ തോൾസഞ്ചിയിൽനിന്ന്
രണ്ടു പുസ്തകങ്ങൾ മാത്രം കിട്ടി.
അജ്ഞാത മൃതദേഹം
എന്നായിരുന്നു ചാനൽവാർത്ത.

അത് ഞാനായിരുന്നുവോ,
നിരാശാ കാമുകൻ?

47. റോസ്, റോസ്, റോസമ്മ

റോസമ്മയെ കാണും വരെയും
അവരൊരു റോസാപ്പൂവെന്നു
ഞാൻ കരുതി.
എന്നാലവരൊരു കറുത്ത
റോസമ്മയായിരുന്നു.

ചെരിവിലാകെ കാപ്പിച്ചെടികൾ തുറ്റ
കുന്നിന്മോളിലായിരുന്നു
അവരുടെ താമസം.
അപ്പനുമമ്മയും
ഒരു മഴക്കാലത്ത് കുടിലിനകത്ത്
ഇടിവെട്ടിച്ചത്തു.
റോസയ്ക്കന്നു പരീക്ഷയായിരുന്നു.
പത്താം ക്ലാസിലെ
അവസാനത്തെ കണക്കു പരീക്ഷ.

കോൺവെന്റിലെ അമ്മമാർ
അവളെ കൂടെ കൂട്ടി.
വർഷങ്ങളെത്ര കഴിഞ്ഞു.
റോസമ്മ സിസ്റ്റർ റോസയായി
നഴ്സായി.
പള്ളി വക ആശുപത്രിയിലായി.

അവിടെ വെച്ചാണ് ഞാൻ
റോസമ്മയെ കാണുന്നത്.
അവർ തോട്ടത്തിൽ
റോസിനെ പരിചരിക്കുന്നു.
വെളുത്ത വസ്ത്രത്തിലൊരു
കറുത്ത റോസ്,
ഒരു ചുവന്ന റോസിനെ
ഉമ്മവെക്കുന്നു.

48. കായണ്ണ

പണ്ട് കായണ്ണയുണ്ടായിരുന്നു.
ബൂട്ടുകളുടെ നിരന്തര ചലനമായിരുന്നു
അതിന്റെ സംഗീതം.

മനുഷ്യരുടെ അട്ടഹാസവും
നിലവിളിയും ഞരക്കവുമായിരുന്നു
അതിന്റെ പശ്ചാത്തലം.

ഉലക്കയും ബഞ്ചുമായിരുന്നു
പ്രധാന കഥാപാത്രങ്ങൾ.
പടിക്കലും പിടിക്കലും
ഇടിക്കലുമായിരുന്നു
വേദിയിൽ.

നിശ്ശബ്ദമായിപ്പോകുന്ന
മനുഷ്യരായിരുന്നു
കനലായെരിഞ്ഞത്.

പിന്നെ കായണ്ണ
രാജനായി.
നിശ്ശബ്ദതയായി.
അമ്മയുടെ കണ്ണീരും
അച്ഛന്റെ തീർത്ഥാടനവുമായി.
പെയ്തേറുന്ന മഴയിൽ

ഒറ്റയ്ക്കു നിർത്തപ്പെട്ട
മകനുള്ള കുടയായി.
കണ്ണുകെട്ടിയ നീതി
അവരെയറിഞ്ഞില്ല.

കായണ്ണയിൽ നിന്ന്
പോയവരൊക്കെ
പല മട്ടൊടുങ്ങി.
നാവറുക്കപ്പെട്ടതിനാൽ
ആരേയും യാഥാർഥ്യം
ബോധ്യപ്പെടുത്താനായില്ല.
കൊന്നവരോ ചത്തവരോ
പരസ്പരം കണ്ടില്ല.

യുദ്ധം കഴിഞ്ഞ നിലത്ത്
കണ്ണുകെട്ടിയ ഒരമ്മ മാത്രം
എല്ലാം കണ്ടു.
അന്ധനായ രാജാവ്
സഞ്ജയനായ മന്ത്രി
രാജ്യഭാരമേറ്റ നായകൻ
എല്ലാം കയണ്ണക്ക് പുറത്തായി.
രാഷ്ട്രത്തിന്റെ ചരത്രചിഹ്നമായി
കായണ്ണാ,നിനക്ക്
ഉലക്കയും ബഞ്ചും.

49. ചോണനുറുമ്പുകൾ

മരത്തിൽ നിറയെ
ചോണനുറുമ്പുകളാണ്.
മരമൊന്നു തൊട്ടുപോയാൽ
അവയൊക്കെയും
ഉടലാകെ പൊതിയും.
കടിക്കും.
ഇറുക്കും.
തിന്നും.
മൂക്കിലും കണ്ണിലും കാതിലും
ചൊടിയിലും കയറും.
കൊല്ലും.
മരത്തിലെ ചോണനുറുമ്പുകൾ
ചോരക്കൊതിയന്മാരാണ്.
ഉറുമ്പല്ലേ ചെറുതല്ലേയെന്ന്
അവഗണിക്കരുതേ!
മരത്തിലാണവരുടെ കൂട്.
മരത്തിലാണവരുടെ വാസം.
മരമാണവർക്കു ദൈനന്ദിന ജീവഹേതു.
ഞെരിച്ചു കൊല്ലാമെന്നു കരുതേണ്ട,
അവയത്രയുമധികമാണ്.
തീയിട്ടു കൊല്ലാമെന്നു കരുതേണ്ട,
മരമാണ്.
മരത്തെ അവഗണിക്കാനുമാവില്ല,
അവയിലാണ് മാങ്ങ

അവയിലാണ് ചക്ക
ഞാവൽ
മോഹിപ്പിക്കും ഫലങ്ങൾ.
എന്തുചെയ്യും,
മരം നിറയെ ചോണനുറുമ്പുകൾ.

ഇതായിരുന്നു കവിത.

വാരികയ്ക്കയച്ചു.
പ്രസിദ്ധീകരിച്ചു വന്നപ്പോൾ
പലരും വിളിച്ചു.
ചിലർ സന്തോഷത്തോടെ
ചിലർ രോഷത്തോടെ.
ഇത്രയും വേണ്ടിയിരുന്നില്ലെന്നു ചിലർ.
വേണ്ടായിരുന്നെന്നു പലർ.

വാരികയെത്തിയപ്പോൾ
കവിത വായിച്ചു.
മരം എന്നിടത്തൊക്കെ
മതമായിരിക്കുന്നു.

50. പൊന്നാട

പൊന്നാടയണിയിച്ച്
ആദരിക്കേണ്ടിയിരുന്ന ആൾക്ക്
വരാൻ കഴിയാതിരുന്നതിനാൽ
ആ പൊന്നാടയൊന്നു
അദ്ദേഹത്തിനു വേണ്ടി സ്വീകരിക്കാൻ
ഭാരവാഹികൾ നിർബന്ധിച്ചതിനാൽ
സ്വീകരിക്കാൻ നിർബന്ധിതനായ
ആശംസാപ്രസംഗകനായ ആൾ
അതെന്തു ചെയ്യുമെന്നറിയാതെ
മടക്കിക്കെട്ടി ബസ്സിൽക്കയറി
വീട്ടിലേക്കുള്ള മടക്കത്തിൽ
കുഴഞ്ഞു വീണു
ആംബുലൻസിലേക്ക് കയറ്റുമ്പോൾ
കൈയിലെ പൊന്നാട കണ്ട്
അയാളുടെ മുഖത്തേക്കിട്ടു,
ഒരു പൊന്നാടയ്ക്ക്
എന്താവാനാവുമെന്ന്
കാട്ടിക്കൊടുത്തു.
സത്യമായും മേൽപ്പറഞ്ഞതൊക്കെ
നടന്നതുപോലെത്തന്നെയുള്ളതാണ്.

51. വിസില്‍

അടുത്തവീട്ടിലെ
കുക്കറിന്റെ വിസില്‍
കേട്ടാലറിയാം
വീട്ടുമ്മറത്തിരിക്കുന്ന അയാള്‍ക്ക്
എന്താണവിടെ വേവുന്നതെന്ന്.

ഉച്ചയാവുമ്പോഴേക്കും
കാതോര്‍ത്തിരിക്കുമയാള്‍
തന്റെ അടുക്കളയില്‍ വേവുന്ന
സാമ്പാറിലോ അവിയലിലോ അല്ല,
അടുത്തടുത്ത വീടുകളിലെ
അടുക്കളയില്‍.

ഇടത്തേ വീട്ടിലെ അടുക്കളയിലിന്ന്
രണ്ടോ മൂന്നോ വിസിലേയായുള്ളൂ,
അയാളെണ്ണി:കോഴിയായിരിക്കും.
മണം പിടിച്ചു നോക്കി,
അത്രയ്ക്ക് കിട്ടുന്നില്ല.
കാറ്റെതിര്‍ വശത്തേക്കാണ്.

വലതു വശത്തെ വീട്ടില്‍ നിന്ന്
വിസിലൊച്ചയൊന്നുമില്ലേയെന്ന്
കാതോര്‍ത്തിരിക്കെ
വന്നു ആദ്യവിസില്‍.

ഒന്നും പറയാനാവില്ല.
ഒന്നേ ഒന്നേയെന്നെണ്ണം പിടിക്കുന്നതിനിടയിൽ
വന്നു:രണ്ട്
താമസിച്ചില്ല മൂന്ന്,നാല്,അഞ്ച്...
എണ്ണം തെറ്റിയോ?
എട്ടോ,ഒമ്പതോ?

ബീഫാണ്.
മണം.
കുരുമുളകിൽ
മസാലയിൽ
ഉലർന്നു വെന്ത്
ബീഫ്.
ഒരുതരം ഉന്മാദത്തിൽ
വായിലും കണ്ണിലുമൂറിയ
ഉപ്പുരസത്തിൽ
വായു കേറി
അയാളിരുന്നു.

ഊണെടുത്തു വെച്ചിട്ടുണ്ട്
എന്ന അവളുടെ വിളിയിൽ
ആർക്കുവേണം നിന്റെ സാമ്പാറെന്ന്
അയാളെഴുന്നേറ്റതേയില്ല.

അവൾക്കറിയാമല്ലോ
അടുത്തടുത്തവീടുകളിലെ
കുക്കറൂതും വിസിലുകളിൽ
അയാളെ.

52. സായാഹ്നയാത്ര

വൈകുന്നേരം ഞാൻ
ചിലപ്പോഴൊക്കെ
കടൽക്കരയോളം ചെല്ലും.
നടപ്പാണെന്നാണ് വെപ്പ്.
എന്നാൽ ഞാനവിടെ
കടലിലേക്ക് നോക്കി
മണലിലിരിക്കും.

ഓരോ ദിവസവും
ഓരോ സൂര്യൻ
ഓരോ നിറത്തിൽ
കടലിലാഴ്ന്നു പോകും.
അപ്പോഴൊക്കെ
കടൽക്കരയിൽ
ആളുകൾ കാണും.

സൂര്യനാഴുന്നതിനനുസരിച്ച്
നിഴലിന് കട്ടികൂടും.
ഇരുളും.
ആളുകളൊഴിയും.
ഇടയ്ക്കെപ്പോഴോ വാങ്ങിയ
കടലമണികൾ തീർന്നിരിക്കും.
ഞാനുമെഴുന്നേൽക്കും.
വീട്ടിലേക്ക് മടങ്ങും.

കടൽക്കരയോളം
വന്നതെന്തിനെന്ന്
മറന്നിട്ടുണ്ടാവും.
എന്നാലും വീട്ടിലേക്കുള്ള
വഴിയിലൊക്കെയും
ഒരു കടലിരമ്പും.
ഒരു സൂര്യൻ
വെളിച്ചത്തിന്റെ നൂലുകൾ
പതുക്കെ വലിച്ചെടുത്ത്
കർട്ടനിടും.
ഇരുട്ടിൽ
കീശയിൽ ബാക്കിയായ
അവസാനത്തെ കടലമണി
അങ്ങോട്ടുമിങ്ങോട്ടുമിറങ്ങാതെ
തൊണ്ടയിൽ
ജീവിതം പോലെ.

53. ശ്രീറാം

കുഞ്ഞിരാമൻ എന്നായിരുന്നു
മുത്തച്ഛന്റെ പേര്.
അച്ഛൻ കുഞ്ഞിക്കൃഷ്ണൻ.
കുഞ്ഞിചേർന്നൊരു പേരായിരിക്കും
എനിക്കെന്നു നിങ്ങൾ
കരുതുന്നുവെങ്കിൽ തെറ്റി.

മുത്തച്ഛൻ മരിച്ചതിന്റെ
തൊട്ടടുത്ത ദിവസമായിരുന്നു
എന്റെ പിറവി.
മുത്തച്ഛരനെയോർക്കാനാവണം
അച്ഛനെനിക്ക് രാമനെന്നു പേരിട്ടു.
സ്ക്കൂളിലെ ഹെഡ്മിസ്
ഒരു സിസ്റ്ററായിരുന്നു.
അവരത് ശ്രീറാം എന്നാക്കി.

ഇപ്പോഴാണ് ഈ പേരിന്റെ പൊല്ലാപ്പ്.
എനിക്കതൊന്ന് കുഞ്ഞിരാമനാക്കണം.
എന്നാലാരും സമ്മതിക്കുന്നില്ല.
അമ്മ,ഭാര്യ,മക്കൾ
കൂട്ടുകാർ,നാട്ടുകാർ
അവർക്കൊക്കെയും

ശ്രീറാം മതി.
അറിയാതെ ഇപ്പോൾ ഞാനും
ഇടക്കൊക്കെ വിളിച്ചു പോകുന്നു,
ജയ് ശ്രീറാം!

54. എത്ര മഹത്തായ പദം

ജീവിച്ചിരുന്നപ്പോൾ
അയാളെ ജീവിച്ചിരിക്കുന്ന
ഒരാളായേ കരുതിയില്ല.
മരുന്നു വാങ്ങാനെന്ന്
ആശുപത്രി വരാന്തയിൽ നിന്ന്
നൂറു രൂപ വായ്പയായി ചോദിച്ചപ്പോൾ
തിരിച്ചു കിട്ടാനിടയില്ലെന്ന്
കൈ മലർത്തി.
നാട്ടുകാരനാണെന്ന് പറഞ്ഞിട്ടെന്താ,
എന്നയാളുടെ നിശ്വാസം
പിന്നിൽ തൊട്ടു.
തിരിഞ്ഞു നോക്കിയില്ല.

മരിച്ചു കഴിഞ്ഞപ്പോൾ
നാട്ടുകാർ കമ്മിറ്റിയുണ്ടാക്കി
കുടുംബത്തെ സഹായിക്കാനിറങ്ങിയിട്ടുണ്ട്.
വാർഡ് മെംബറും പഞ്ചായത്ത് പ്രസിഡണ്ടും
മുഖ്യന്മാരൊക്കെയുമുണ്ട്.
ഒരായിരം എഴുതിക്കോളൂ
നമുക്ക് ചെയ്യാനാവുന്നതല്ലേ ചെയ്യാനാവൂ,
എന്ന് ഉദാരനായി.

ഹാ,മനുഷ്യൻ
എത്ര മഹത്തായ പദം!

55. മിണ്ടാതിരിക്ക്

മിണ്ടാതിരിക്ക്,നിങ്ങൾ പറയുന്നു.
എനിക്കതിനാവുമോ?

അല്ലെങ്കിൽ,
ഞാനെന്താണ് മിണ്ടിക്കൊണ്ടിരുന്നത്?
ദാഹിക്കുമ്പോൾ
എനിക്ക് ദാഹിക്കുന്നു,എന്ന് പറഞ്ഞു.
വിശക്കുമ്പോൾ
എനിക്ക് വിശക്കുന്നു,എന്ന് പറഞ്ഞു.

മിണ്ടാതിരിക്ക്,നിങ്ങളെന്നെ
കെട്ടിയിടുന്നതെന്തിന്?
ഇങ്ങനെ ഭേദ്യം ചെയ്യുന്നതെന്തിന്?
എന്നെ നിങ്ങൾക്കൊട്ടും
മനസ്സിലാകുന്നില്ലെന്നോ?
ഞാനും നിങ്ങളിലൊരുവനല്ലെന്നോ?

എനിക്കിപ്പോഴറിയാം
എന്റെ ചോരയൂറ്റിയ വിയർപ്പാണ്
എന്റെ വിയർപ്പിലെ ഉപ്പാണ്
ഉപ്പിലെ കാരമാണ്
നിങ്ങൾ.

നിങ്ങൾ പറയുന്നു
എന്റെ ഭാഷ നിങ്ങൾക്ക് മനസ്സിലാവില്ലെന്ന്.

എന്താണ് എന്റെ ഭാഷ?
അത് ഭാവിയുടെ ഭാഷയാണ്.
സ്വപ്നങ്ങളുടെ ഭാഷ.
ഉയിർപ്പിന്റെ ഭാഷ.
എത്ര സരളമാണത്.
സുതാര്യമാണത്,
സൂര്യവെളിച്ചം പോലെ.

മിണ്ടാതിരിക്ക്,
ഞാൻ പറയുന്നു.
നിങ്ങളുടെ അഴുകിയ ഭാഷ
ഇനി എനിക്ക് കേൾക്കേണ്ട.
എനിക്കിനി സംസാരിക്കണം
കത്തിപ്പിടിക്കുന്ന ഭാഷയിൽ.
കടലായി ഇരമ്പുന്ന ഭാഷയിൽ.
മലകളുടെ ഔന്നത്യമാർന്ന ഭാഷയിൽ.
മണ്ണിന്റെ സ്വപ്നഭാഷയിൽ.
ഒന്നൊന്നോട് ചേരും
സംഗീതത്തിൽ.

മിണ്ടാതിരിക്ക് ,
എന്റെ വായിൽ കുത്തിനിറച്ച
നിങ്ങളുടെ അഴുകിയ മൗനം
ഞാനിതാ തുപ്പിക്കളയുന്നു,

56. എതിരൊഴുക്ക്

പുഴയായൊഴുകണമെന്നായിരുന്നു ആഗ്രഹം.
എന്നാൽ തീരത്തൊരു ശിലയായുറച്ച്
മറ്റുള്ളവരൊഴുകുന്നത് കാണാനായിരുന്നു വിധി.
എങ്കിലും ഒഴുക്കിനെ തൊട്ടും തലോടിയും
ഒഴുക്കാകാനാവുമെന്ന് തിരിച്ചറിഞ്ഞു.
ചില തിരിച്ചറിവുകളാണ് നമ്മളെയൊക്കെയും
നിർണ്ണയിക്കുന്നത്.നയിക്കുന്നത്.
അവ യാഥാർത്ഥ്യമാകണമെന്നുമില്ല.

അല്ലെങ്കിൽ യാഥാർത്ഥ്യമെന്താണ്?

പുഴയൊഴുകുന്നു.
പുഴയുടെ അവിഭാജ്യഘടകമായ
തടശിലയും.
നിങ്ങൾക്കിത് മനസ്സിലാവുന്നില്ലേ?
അല്ലെങ്കിൽ ഇന്നുവരെ
നമുക്കെന്തെങ്കിലും മനസ്സിലായിട്ടുണ്ടോ?

മനസ്സിലാവുക എന്നാലെന്താണ്?

നാമൊരു ജനാധിപത്യസംവിധാനത്തിൽ
ജീവിക്കുന്നു.മരിക്കുന്നു.
എന്താണ് ജനാധിപത്യം?

അതൊരു പുഴയാണ്.ഒഴുക്ക്.
നമ്മളോ തടശിലകളാണ്.
നമ്മളെ തട്ടി തഴുകി
ജനാധിത്യം ഒഴുകുന്നു.
നമ്മളും കൂടെ ഒഴുകുകയാണെന്ന്
നമ്മൾ കരുതുന്നു.
നമ്മളെ വിശ്വസിപ്പിച്ചിരിക്കുന്നു.

വിശ്വാസം തന്നെയല്ലേ എല്ലാം?

57. ശവസ്പർശം

നീയെന്നെത്തൊട്ടു.
ഞാൻ നിന്നെത്തൊട്ടു.
നീയെന്നെ തൊട്ടതുപോലെയല്ല
ഞാൻ നിന്നെ തൊട്ടതെന്ന് നീ.
ഞാൻ നിന്നെത്തൊട്ടതെങ്ങനെയായിരുന്നു?

നീയെന്നെത്തൊട്ടപ്പോൾ
തൊട്ടത് നീയാണെന്ന്
ഏതബോധത്തിലും ഞാനറിഞ്ഞിരുന്നു.
നിനക്കങ്ങനെയായിരുന്നില്ലേ?

നീയെന്നെത്തൊട്ടപ്പോൾ
അതുടലിലല്ലെന്ന് ഞാനറിഞ്ഞിരുന്നു.
ഞാൻ നിന്നെ നിന്റെയുടലിൽ
മാത്രമേ തൊട്ടുള്ളൂ?
നീയെന്നെത്തൊട്ടപ്പോൾ
ഞാൻ നിന്നിലായിരുന്നു.
നീയോ?
രണ്ടുടലുകൾ തമ്മിലുള്ള
സംവാദം മാത്രമായിരുന്നില്ല
എനിക്ക് സ്പർശം.
കാലാതിവർത്തിയായ
ഒരൊന്നിപ്പിന്റെ അനുഭൂതിയായിരുന്നു.

ഞാനനുഭവിച്ചതൊന്നും
നിന്നിലായില്ലേ?
നീയൊരുടൽ മാത്രമായതെങ്ങനെ?
രണ്ടുടലുകളുടെ സ്പർശരഹിതമായ
ഒരു ജീവിതമെന്നത്
ശവങ്ങളുടെ അഴുകലായി
എത്ര ദുസ്സഹം!

58. കവിതയ്ക്ക് ഭാഷ

കൊറ്റിക്കതിന്റെ
ഒറ്റക്കാലിൽ നിന്നുള്ള
ധ്യാനമാണ് ഭാഷ.
കാക്കയ്ക്കതിന്റെ
ചെരിനോട്ടം.
കുയിലിനതിന്റെ
ഒളിഞ്ഞുള്ള കൂകൽ.
പരുന്തിനാകാശനീലയിലെ
നിശ്ചലനിൽപ്.
കോഴിക്ക് ചിറകടിച്ച്
കഴുത്തുയർത്തും കൂകൽ.
മയിലിന് കാർകൊണ്ട
വിരിയൽ.
മൈനയ്ക്ക്
മൈക്ക് കണ്ടവന്റെ ആന്തൽ.
മൂങ്ങയ്ക്ക്
മൂളക്കം.

ആമയ്ക്കുൾവലിയലാണ്
ഭാഷ.
പാമ്പിന് പടം പൊഴിക്കൽ.
മണ്ണിരയ്ക്ക് മൺതൂറ്റൽ.
നായ്ക്ക് മണം.
പൂച്ചയ്ക്ക് പേച്ച്.

ഗൗളിക്ക് വാൽ.
ചിലന്തിക്ക് നൂല്.

ആനയ്ക്കതിന്റെ
നിൽപാണ് ഭാഷ.
കുതിരയ്ക്ക് കുതിപ്പ്.
പുലിക്ക് പല്ല്.
സിംഹത്തിന് ക്രൗര്യം.
കഴുതയ്ക്ക് കഴപ്പ്.
പോത്തിന് കിടപ്പ്.
പശുവിന് പാശം.

ഭാഷയ്ക്കുമുണ്ടാവണം
അതിന്റെ ഭാഷ.
എന്നാൽ
കവിതയ്ക്കെന്തു ഭാഷ?

59. ഇറച്ചിക്കോഴികൾ

മാർക്കറ്റിലേക്കുള്ള തിരിവിൽ
ഒരു വണ്ടി നിൽക്കുന്നു.
പാത ഇടുങ്ങിയതിനാൽ
ഞാൻ നുഴഞ്ഞു കടന്നു.

കോഴികളെ ഇറക്കുകയാണ്
കടയിലേക്ക് പണിക്കാർ.
തെരുവിലേക്കൊരു ചൂണ്ടുപലക
നീട്ടിവെച്ചിട്ടുണ്ട്,
ഇറച്ചിക്കോഴികൾ.
നല്ല വെളുത്തു തുടുത്ത
കോഴികൾ.
എങ്കിലും കോഴിക്കാട്ടം
മണക്കുന്നുണ്ട് രൂക്ഷം.
വേഗം നടന്നു,
പച്ചക്കറി വാങ്ങണം.

തിരിച്ചു വരുമ്പോൾ
വഴി മാറിപ്പോന്നു.
അത്രയും ഇടുങ്ങിയതല്ലെങ്കിലും
പാതയിൽ അപ്പുറവും ഇപ്പുറവുമായി
രണ്ട് വണ്ടികൾ കുടുങ്ങിയിരിക്കുന്നു.
ഒന്നിൽ ചെറിയ കുട്ടികളാണ്.

യൂണിഫോമിൽ നല്ല ഭംഗിയുള്ള കുട്ടികൾ.
അവരെ അവിടെ ഇറക്കുകയാണ്.

സ്ക്കൂളിന്റെ പേരെഴുതിയ പലക
അപ്പോഴാണ് ശ്രദ്ധയിൽപ്പെട്ടത്.
മനസ്സിലൊരു സുഗന്ധം
വീശിയതായിത്തോന്നി.

ഇറച്ചിക്കോഴികൾ
എന്ന കോഴിക്കടയിലെ എഴുത്ത്
മനസ്സിൽ മിന്നി.
തലകുടഞ്ഞിട്ടും
തെറിച്ചു പോകാതെ.

60. പാട്ടിലാവുന്നത്

കുട്ടിക്കാലത്തെന്നും രാവിൽ
വീട്ടിനു മുന്നിൽ തെല്ലകലെയായുള്ള
കടവത്തെ തോണിപ്പുരയിൽ നിന്നും
ഒരു പാട്ടുയരുമായിരുന്നു.
കാതിനിമ്പമിയന്ന പാട്ട്

കാറ്റിന്റെ ഗതിക്കനുസരിച്ച്
സ്വരങ്ങൾ ചിട്ടപ്പെടുത്തിയതെന്ന് തോന്നും.
ആരോഹണാവരോഹണങ്ങളിൽ
ഹൃദയമിടിപ്പ് കേൾക്കാമെന്നു തോന്നും.

ഉറങ്ങാൻ കിടക്കുമ്പോഴാണ്
താരാട്ടായി പാട്ടണയുക.
വേദനയുടെ ഒരജ്ഞാതനൂലിൽ
ഗായകനുമായൊരാത്മബന്ധം
സ്ഥാപിതമായെന്നു തോന്നും.
അയാളാരായാലും
പാടുന്നത് ഞാൻ തന്നെയെന്നു തോന്നും.

കടത്തുകാരനാണ്,
അമ്മ പറഞ്ഞു:
അയാൾക്ക് വീടില്ല,
തോണിപ്പുര തന്നെ വീട്.

പാട്ടിലാണ് അയാൾ
തുഴയുന്നതെന്നെനിക്ക് മനസ്സിലായി.
പാട്ടിൽ കയറിയിരുന്നാൽ മതി
അയാൾ തുഴഞ്ഞോളും,
ജാഗ്രത്തിലേക്കും സുഷുപ്തിയിലേക്കും.
പാട്ടിനൊരു വീടുണ്ടാവില്ലെന്നും
എനിക്ക് ബോധ്യമായി.

പരിചയപ്പെടണമെന്ന്
ആശിച്ചിരുന്നു.
കടവത്ത് ഞാനെത്തുമ്പോഴേക്കും
അയാളുടെ പാട്ട് നിലച്ചിരുന്നു.
നിലച്ച പാട്ടായി
പിന്നീടെന്നുമുറക്കം.
ഉണർവില്ലാതെ.

61. വാതിലകം

വീടിന്റെ വാതിലുകൾ
വാതിലുകളേയല്ല
അവ തുറന്നു കിടക്കുമ്പോൾ.
നമ്മളകത്തേക്കെന്നോ
പുറത്തേക്കെന്നോ
നടന്നുകൊണ്ടേയിരിക്കും
അതിലൂടെ.

എന്നാലവ അടഞ്ഞു കിടക്കുമ്പോൾ
അവ വാതിലുകളാണ്.
അതിന്റെ സമ്മതമില്ലാതെ
നമുക്കതിലൂടെ
കടന്നു പോകാനാവുകയേയില്ല.

നമ്മളകത്താണോ പുറത്താണോയെന്ന്
തീരുമാനിക്കും വാതിലുകൾ.
വാതിലുകളില്ലെങ്കിൽ
വീടോ തടവോയില്ല.
അകമോ പുറമോ ഇല്ല.

വാതിലടയുമ്പോൾ
നമ്മൾ തീരുമാനിക്കും
നമ്മുടെയകം പുറവും
പുറമകവുമെന്ന്.

അകമാണ് സുരക്ഷിതമെന്ന്
വാതിലടച്ച് സമാധാനിക്കും.
എന്നാൽ പുറമാണ് സമാധാനമെന്ന്
വാതിലടച്ച് പുറത്തിറങ്ങും.
നമ്മുടെ ലോകം പുറത്താണോ
അകത്താണോയെന്ന്
വേവലാതിയാവും.

നമ്മുടെ വേവലാതിയാണ്
ഭീതിയാണ്
സുരക്ഷിതത്വമാണ്
സമാധാനമാണ്
പ്രണയമാണ്
ജീവിതമാണ്
മരണമാണ്
തുറക്കുകയും
അടക്കുകയും ചെയ്യും
ഓരോ വാതിലും.

എന്നാലാരറിയുന്നു
ഒരു വാതിലിനും
വാതിലില്ലെന്ന്.
ഒരു സുരക്ഷിതത്വത്തിനും
സുരക്ഷിതത്വമില്ലെന്ന്.
ഒരു സമാധാനത്തിനും
സമാധാനമില്ലെന്ന്.
ഒരു പ്രണയത്തിനും
പ്രണയമില്ലെന്ന്.

ഒരു ജീവിതത്തിനും
ജീവിതമില്ലെന്ന്.

ഏതെല്ലാം വാതിലുകളിലൂടെ
വാതിലില്ലായ്മയിലൂടെയാണ്
നമ്മുടെ നിത്യപ്രയാണം.
അറിയുകില്ലാരും

അവരവർ തന്നെയല്ലെ
അവരവരുടെ വാതിലുകൾ?

62. നടത്തക്കാർ

ഞാൻ രാവിലെ നടക്കാനിറങ്ങും.
പുഴയോരത്തുള്ള നിരത്തിലൂടെയാണ്
നടപ്പ്.

പലരുമുണ്ട് നടപ്പുകാരായി.
ആണും പെണ്ണും.
യുവാക്കളും വൃദ്ധരും.
കൂട്ടുകാരും വീട്ടുകാരും.
രോഗബാധിതരും അതല്ലാത്തവരും.
ദൃഢഗാത്രരും അവശരും.
എല്ലാവരുടേയും നടപ്പിൽ
അവരവരെക്കുറിച്ചുള്ളൊരാധിയുണ്ട്.

പുഴയോരമായതിനാൽ
ശുദ്ധമായ കാറ്റുണ്ട്.
പുഴയിൽ വെള്ളവും
ഒഴുകുകയാണ്.
പുഴത്തീരത്തുമൊഴുക്കാണ്.
ചിലർ ഒരേ നടപ്പാവും.
ചിലർ കടവിൽക്കെട്ടിയ
കൽബെഞ്ചിൽ
ചെറുതായിരിക്കും.
ചിലരടുത്തുള്ള ചായക്കടയിൽ നിന്ന്
ചായ കുടിക്കും.

ചായ കുടിക്കാനായി
നടക്കുന്നവരെന്നു തോന്നും ചിലരെ.
ഞാനും ചായ കുടിക്കും.

ചായ കുടിച്ചിറങ്ങിയൊരാൾ
എന്റെ മുമ്പിൽ വാഹനമിടിച്ച്
മരിച്ചിട്ടുണ്ട്.
നടക്കാനിറങ്ങിയ ഒരാൾ
പുഴയിലേക്ക് വഴുതിവീണു മരിച്ചിട്ടുണ്ട്.
ചായ കുടിച്ചു കൊണ്ടിരിക്കുമ്പോൾ
തൊണ്ടയിൽക്കുടുങ്ങിയൊരാൾ
മരിച്ചിട്ടുണ്ട്.
തല കറങ്ങി വീണൊരാൾ
മരിച്ചിട്ടുണ്ട്.
പലരും നടപ്പിൽ പലമട്ട്
മരിച്ചിട്ടുണ്ട്.

മരിച്ചവരുമങ്ങനെ
നടക്കുക തന്നെയാവും.
നടന്നാലും നടന്നില്ലെങ്കിലും മരിക്കും.
എങ്ങനെയായാലും എല്ലാവരും
നടക്കുക തന്നെയല്ലേ
മരണത്തിലേക്ക്?
മരിച്ചാലും നിത്യവും
നടക്കുക തന്നെയാവില്ലേ?
നടപ്പു തന്നെയല്ലേ
മരണം?

63. മധുരവും കയ്പും

പരിചയപ്പെട്ട കാലം
അവളെയെനിക്ക്
ഓറഞ്ച് മണത്തു.
കാണുമ്പോഴൊക്കെ
ഓറഞ്ചല്ലികൾ പോലുള്ള
ചുണ്ടുകൾ വിടർത്തി
പുഞ്ചിരിച്ചു.
അവളുടെ വെണ്മയേറിയ
പല്ലുകളുടെ കുരുക്കൾ
അടർത്തിക്കാട്ടുമ്പോലെ.
കടിച്ചില്ലെങ്കിലും
രുചിച്ചില്ലെങ്കിലും
എന്തൊരു മധുരമായിരുന്നു.

പരാജയപ്പെട്ട കാലം
അവളെയെനിക്ക്
കാഞ്ഞിരക്കായ മണത്തു.
കാണുമ്പോഴൊക്കെ
ചുണ്ടുകൾ കൊക്രിച്ചു കാട്ടി.
അടർത്തി മാറ്റിയ പുറന്തോടിനകത്ത്
ചോരക്കരിപുരണ്ട കോന്ത്രമ്പല്ലുകൾ
യക്ഷിയെന്നു കാട്ടി.
അവയിലെ അവഗണിക്കാനാവാത്ത

കയ്പായി പിന്നെന്നും
മധുരമെന്നു പുറംകാട്ടിയ
ജീവിതം.

64. കൊല്ലുകയാണെങ്കിൽ

നിങ്ങളെന്നെ കൊല്ലുകയാണെങ്കിൽ
വാക്കുകൊണ്ടാവരുത്,
വാക്കിൽ ചോരപുരളുന്നത്
എനിക്കിഷ്ടമല്ല.
നോക്കു കൊണ്ടാവരുത്,
നോക്കിൽ തീയെരിഞ്ഞു
ചാരം പുരളുന്നത്
എനിക്കിഷ്ടമല്ല.
കത്തി കൊണ്ടാവരുത്,
കത്തിമുന രക്തം പൊതിഞ്ഞ്
ആർദ്രമാകുന്നതെനിക്കിഷ്ടമല്ല.
വിഷം കുടിപ്പിച്ചാവരുത്,
വിഷമെന്നിൽ നീലിച്ചലിയുന്നത്
എനിക്കിഷ്ടമല്ല.
തൂക്കിക്കൊല്ലരുത്,
ഭാരം താങ്ങി കയറോ ചരടോ
മുറുകി ദ്രവിക്കുന്നതെനിക്കിഷ്ടമല്ല.

നിങ്ങളെന്നെ കൊല്ലുകയാണെങ്കിൽ
നിങ്ങളുടെ കൈകൾ
എന്റെ കഴുത്തിൽ മുറുകട്ടെ.
പരിരംഭണം പോലെ
നിങ്ങളുടെ സ്പർശം
എന്നിൽ നിറഞ്ഞ്

ശ്വാസം മുട്ടട്ടെ.
അവസാനത്തെ ശബ്ദവും
നിങ്ങൾക്കായി പിറക്കട്ടെ.
കണ്ണുകൾ
നിങ്ങൾക്കായി തുറിക്കട്ടെ.
ഉടൽ നിങ്ങൾക്കായി
പുളയട്ടെ.
കാണുന്നവർക്ക് തോന്നട്ടെ
നിങ്ങളെന്റെ ഉയിരിനെ
പിടിച്ചു വെക്കുകയാണെന്ന്.

നിങ്ങളെ ഞാൻ കൊല്ലുകയാണെങ്കിൽ
ഇല്ല കഴുത്ത് മുറുക്കുകയില്ല.
തൂക്കുകയോ
മുറിവേല്പിക്കുകയോ
കത്തിക്കുകയോ
വിഷം തീറ്റുകയോ
ഇല്ല,
കൊല്ലുകയേയില്ല.
ഞാനെന്റെ സ്നേഹമത്രയും കൊണ്ട്
നിങ്ങളെ പൊതിയും.
നിങ്ങളതിൽ സ്വയമർപ്പിക്കും
ആഴമേറിയൊരു കിണറ്റിലെന്ന പോലെ
കയറാനാവാതെ
മുങ്ങിയങ്ങനെ
നിങ്ങളെന്നിലില്ലാതാവും.

നിങ്ങളെന്നെ കൊല്ലുകയാണെങ്കിൽ
മറ്റൊന്നുമരുത്

ഞാൻ നിങ്ങളെ ചേർത്തുപിടിക്കും
കവിതയിലെന്നെ
തള്ളിയിട്ടു പോകണം,
ഞാൻ നിങ്ങളെ
തള്ളിയിടും മുമ്പ്.

65. എം ടി

ബീഡി വലിക്കുന്നതേ
കണ്ടിട്ടുള്ളൂ,എം.ടി.
ബീഡിയാലാണെംടിയുടെ ഗമ.
മുണ്ടുടുത്തേ എം.ടിയെ
കണ്ടിട്ടുള്ളൂ.
മുണ്ടിലാണെംടിയുടെ തനിമ.
തെല്ലു കനപ്പിച്ചേയിരിക്കൂ എം.ടി.
ആ കനപ്പിലാണെംടിയുടെ ഗരിമ.

എം.ടി.സിഗരറ്റു വലിക്കുകയാണെങ്കിലോ
സിഗരറ്റിനാവും എം.ടി യുടെ ഗമ.
എം.ടി.കാലുറയിലേറിയാലോ
കാലുറയ്ക്കാവും എം ടിയേക്കാൾ തനിമ.
എം.ടിയൊന്നയഞ്ഞിരുന്നാലോ
ആ അയവിലായിരിക്കും
എം.ടിയേക്കാൾ പൊലിമ.

എനിക്കെന്നാൽ
എം ടിയെ മതി:
ബീഡിയിൽ
മുണ്ടിൽ
കനപ്പിൽ.

66. എന്തു സമയം?

സമയമറിയാൻ
ഞാനൊരു വാച്ച്
എന്റെ കൈയിൽക്കെട്ടി നടക്കുന്നു.
ഉറങ്ങാൻ പോകുമ്പോൾ
ഞാനതെന്റെ തലയണയ്ക്കടിയിൽ
സുരക്ഷിതമായി വെക്കുന്നു.
സമയം സുരക്ഷിതമായാലേ
എനിക്കുറങ്ങാനും ഉണരാനുമാവൂ.

സമയമെന്നെ നടത്തുന്നു.
സമയമാണെന്റെ ജീവനെന്ന്
തോന്നും വിധം
സമയത്താൽ ബന്ധിതനായി
നടക്കുന്നു.
ഇരിക്കുന്നു.
തിന്നുന്നു.
കുടിക്കുന്നു.
പണിയെടുക്കുന്നു.
പ്രണയിക്കുന്നു.
പരിണമിക്കുന്നു.

വാച്ചിൽ സമയസൂചികൾ
ഒരേ വൃത്തത്തിൽക്കറങ്ങുന്നു.
സെക്കന്റ്സൂചി വേഗത്തിൽ കറങ്ങുന്നു.
നിമിഷസൂചി അല്പ വേഗം കുറച്ച്
ഓരോ അങ്കനങ്ങൾക്കു നേരെയും
ആവർത്തിച്ചു കറങ്ങുന്നു.
കറക്കമാണ് ജീവിതമെന്ന്
അതെന്നെ ഓർമ്മിപ്പിക്കുന്നു.
കറക്കമാണ് ലോകമെന്ന്
അതെന്നെ ബോധ്യപ്പെടുത്തുന്നു.
കറക്കത്തിലൂടെത്തന്നെ
കാലവും എന്നെ പരിവർത്തിപ്പിക്കുന്നു.

എന്നാലെന്നിൽത്തന്നെയാണിവയൊക്കെയും
എന്നൊരു ബോധ്യം എന്നെ
ധ്യാനസ്ഥനാക്കുന്നു.
കാലം നിലച്ച വാച്ചുപോലെ
ഉപയോഗശൂന്യനായിരിക്കുന്നു.
സമയമായി സമയമായി
എന്നാരോ എന്നോട്
പറഞ്ഞു കൊണ്ടിരിക്കുന്നു.

ഞാനോ നിലച്ച സമയമായി
മലർന്നു കിടക്കുമായിരിക്കും.
ആരെങ്കിലുമെന്നെയും
കറക്കുമായിരിക്കും.
കാലമപ്പോഴും
ഞാനില്ലാതെ കറങ്ങും.
കറക്കം നിലയ്ക്കുമ്പോൾ

കാലവും ലോകവും
നിലയ്ക്കുമായിരിക്കും.
ഞാനില്ലാതെ
എന്തു സമയം?

67. കർമ്മവിപാകം

അയാൾ മരിച്ചപ്പോൾ
ഫ്രീസറിൽ സൂക്ഷിച്ചു
ശവം
നാലാം നാൾ
ഒരേയൊരു മകനെത്തും വരെ.

മകനെത്തിയതും
ചടങ്ങുകളോടെ
ശവം
ചിതയ്ക്കു മേലെ വെച്ചു
തീ കൊളുത്തി
മകൻ.
അച്ഛനെ ദഹിപ്പിക്കാനുള്ള
അമിതാധികാരത്തോടെ.
നിയമസാധുതയുള്ള
തീവെപ്പ്.

തന്റെ തീച്ചൂടിൽ
പിറവിയെടുത്തവൻ
എന്നച്ഛനെന്നും
ആധിപൂണ്ടവൻ.

ആർക്കും കൊള്ളിവെക്കാനാകുമായിരുന്ന
അച്ഛന്റെയുടൽ

ഫ്രീസറിലുറഞ്ഞ ദേഹം
കത്തിച്ചുകളഞ്ഞവൻ
അങ്ങനെ പും എന്ന
നരകത്തിൽ നിന്നും
ത്രാണനം ചെയ്തവൻ
കർമ്മം ചെയ്യുകയാണെന്ന്
കൃതാർത്ഥനാവും.

മകനേയാവൂ
കർമ്മമെന്ന്
അച്ഛരനെ കത്തിച്ചു
ചാമ്പലാക്കാൻ.

68. യുദ്ധവും സമാധാനവും

യുദ്ധവും സമാധാനവും
എന്നതായിരുന്നു വിഷയം.
അവർ രണ്ടു പേരും
സുഹൃത്തുക്കളായിരുന്നു.

യുദ്ധമെന്തായാലും
സംഭവിക്കാതിരിക്കില്ല,
ഒരാൾപറഞ്ഞു.

സംഭവിക്കുന്നതല്ലല്ലോ യുദ്ധം
സൃഷ്ടിക്കപ്പെടുന്നതല്ലേ?
മറ്റേയാൾ.

അല്ല,യുദ്ധമൊരു
പ്രകൃതിപ്രതിഭാസമാണ്.
അയാൾ നിർവികാരനായി.

അതെങ്ങനെ,
യുദ്ധക്കൊതിയന്മാർക്കേ
അങ്ങനെ പറയാനാവൂ,
മറ്റേയാൾ തെല്ലസ്വസ്ഥനായി.

യുദ്ധമെന്നത് സംഹാരം മാത്രമല്ല
സൃഷ്ട്യുന്മുഖമായ ഒരാന്തരിക

വ്യവസ്ഥയാണത്,
അയാൾ നിർമ്മമനായി.

യുദ്ധഭ്രാന്തന്മാരെ
സഹിക്കാനാവില്ല,
സമാധാനം സംരക്ഷിക്കാൻ
ആരോടായാലും ഞങ്ങൾ
വേണ്ടി വന്നാൽ
പോരാടുക തന്നെ ചെയ്യും.
മറ്റേയാൾ ക്രുദ്ധനായി.

69. രഹസ്യസൂക്ഷിപ്പ്

രഹസ്യം സൂക്ഷിക്കുക
വലിയ സാഹസമാണ്.
പുറത്ത് പറയരുതെന്നാണ്
അതിന്റെ രഹസ്യം.
പരസ്യപ്പെടുത്തരുതെന്നാണ്
അതിന്റെ ശ്രുതി.

രഹസ്യം ആർക്കെങ്കിലും
സൂക്ഷിക്കാനാവുമോ?

പുറത്ത് പറയരുതെന്നേയുള്ളൂ.
അത്രയും വിശ്വസ്തനാണ്,
ഒരു രഹസ്യവും
പുറത്ത് പോകില്ല,എന്നാണ്.

പുറത്ത് പറയാനാവാത്ത
രഹസ്യം എന്നുണ്ടോ?

പുറത്തത് പരസ്യം.
അകത്തോ രഹസ്യം.

ആയതിനാൽ
പുറത്ത് പറയാതെ
രഹസ്യങ്ങളെല്ലാം ഞാൻ

അകത്ത് പറയുന്നു.
ചുണ്ടനങ്ങുകയില്ല.
ആംഗ്യനാട്യങ്ങളില്ല.
മനസ്സിന്റെ കതകടച്ച്.
മറ്റൊരാത്മാവറിയാതെ.
ശ്വാസനിശ്വാസം പോലുമറിയാതെ.

ഒരു രഹസ്യസൂക്ഷിപ്പുകാരനാവുക
ഏറെ പ്രയാസകരമാണ്.
ദൈവത്തിന് പോലും.

70. വഴിയൊരു പഴയകത്ത്

പഴയ കത്തുകൾ
വായിക്കുമ്പോലെയാണ്
പഴയ വഴികളിലൂടെയുള്ള
നടത്തം.

സൗഹൃദത്തിന്റെ പഴയ കൈയൊപ്പുകൾ
സംഭവങ്ങളുടെ മിടിപ്പുകൾ
ഒളിച്ചു വെച്ച ചില ചിഹ്നങ്ങൾ
ചുംബനം പൊള്ളിച്ച കന്നിമണങ്ങൾ
നിലാവുകിനിയും നക്ഷത്രങ്ങൾ
കണ്ണീരൂറും പുൽവേരുകൾ
കാല് വെച്ചിടിച്ച കല്ലുറപ്പുകൾ
തുമ്പപ്പൂ കാലടികൾ
യക്ഷിപ്പനങ്കുലകൾ
ഒറ്റത്തടിപ്പാലങ്ങൾ
നേർവരമ്പുകൾ
വേലിയിലൊളിച്ചു പൂത്ത കണ്ണുകൾ
തൊട്ടാവാടി പോലുൾവലിയും മൗനങ്ങൾ
കാരപ്പഴങ്ങളുടെ ചോരപ്പൊട്ടുകൾ
തൊട്ടുമായും നിഴലുകൾ
നിലാവിളക്കങ്ങൾ
പാമ്പുറകൾ
ഓന്തിൻ തുടിപ്പുകൾ
വെയിൽക്കുളങ്ങൾ

മീൻകണ്ണികൾ

പഴയ വഴികളിലൂടെയുള്ള
സ്വപ്നസഞ്ചാരമാകും
പഴയ കത്തുകൾ.

പുഴുവും ചിതലുറുമ്പും
കാർന്നെടുത്ത അക്ഷരങ്ങൾ
അവ്യക്തമാക്കിയ ഭൂതകാലമായി
പഴയ വഴികൾ.
ചിലത് നവീകരിച്ച്
ചിലത് നിശ്ശേഷം നശിച്ച്
ചിലതോർമ്മകളായി
പലതും മണ്മറഞ്ഞ്
തീർത്തും മറവിയായി.

വഴിയൊരു പഴയകത്ത്.
പൊളിച്ചു വായിച്ചിട്ടേയില്ലെന്നതു പോലെ.

71. തുരുമ്പ്

വാസുവേട്ടൻ
ഉള്ളിൽപ്പോയ ദിവസം
ഞാൻ പുറത്തിരുന്നു നോക്കി:
ഞങ്ങൾക്കിടയിലുണ്ട്
ഇരുമ്പഴികൾ.
ഉള്ളിലേക്കുള്ളിലേക്ക്
നോക്കുന്തോറും
പിന്നിൽപ്പിന്നിൽ
കമ്പികളുടെ നിരകൾ.
കമ്പികളുടെ ഏതോ നിരയ്ക്കപ്പുറം
വാസുവേട്ടനിരിക്കുന്നുണ്ടാവണം.

എന്നോടൊപ്പം നിന്നിരുന്ന
ഒരാളോട് ഞാൻ
എന്തിനാണീ അഴികളെന്ന്
ചോദിച്ചു.
നിയമത്തിന്റെ കുരുക്കാണെന്ന്
അയാളെനിക്ക്പറഞ്ഞു തന്നു.
അഴിച്ചെടുത്താൽ
വാസുവേട്ടനിങ്ങ് പോരാനാവുമോ?
ഞാനയാളോട് ചോദിച്ചു.
അയാളൊരു വക്കീലാണെന്നും
അത്രയെളുപ്പമല്ലെന്നും
കുരുക്കഴിക്കുകയാണ്

തന്റെ ജോലിയെന്നും
അയാൾ പറഞ്ഞു.
എനിക്കതത്ര വിശ്വാസമായില്ല.

എന്നെ തൊട്ടുനിന്നിരുന്ന
അടുത്ത ആളോട് ഞാൻ
കുരുക്കിനപ്പുറത്തുള്ള
വാസുവേട്ടനെ സ്വതന്ത്രനാക്കുന്നതെങ്ങനെ
എന്നാരാഞ്ഞു.
അയാളെന്നെ സഹതാപത്തോടെ നോക്കി.
കുരുക്കിനങ്ങേപ്പുറമുള്ള വാസുവേട്ടൻ
സ്വതന്ത്രനാണെന്നും
യഥാർത്ഥത്തിൽ സ്വതന്ത്രരെന്നഭിമാനിക്കുന്ന നമ്മളാണ്
കുരുക്കിലെന്നും
അതിനാലാണ് നമ്മുടെ പ്രതിഷേധമെന്നും
രാഷ്ട്രീയക്കാരനെന്നു പരിചയിച്ച
അയാൾ പറഞ്ഞു.
എനിക്കതൊട്ടും മനസ്സിലായില്ല.

നിയമപാലകനെന്നു തോന്നിച്ച
ഒരാളോട് ഞാൻ ചോദിച്ചു:
വാസുവേട്ടന് നീതി ലഭിക്കുമോ?
അയാളെന്നെപ്പിടിച്ച്
കമ്പിയഴിയ്ക്കുള്ളിലിട്ടടച്ചതല്ലാതെ
ഒന്നും പറഞ്ഞില്ല.
ആരാണ് അഴിക്കുള്ളിലെന്ന്
അയാൾ പുറത്തിറങ്ങിയതും
എനിക്കു സംശയമായി.

എന്റെയടുത്തേക്ക്
പിന്നെയാരും വന്നില്ല.
ഞാനഴികളിൽ ചാരി നിന്നു.
എന്റെ നഗ്നമായ മുതുകിൽ
ആണി തറയ്ക്കുന്നതു പോലെ വേദനിച്ചു.

അഴികൾ തുരുമ്പിച്ചു തുടങ്ങിയിരുന്നു.
തുരുമ്പ് ഞാനെന്റെ കൈകളിൽ
ഇളക്കിയെടുത്തു ഞെരടി നോക്കി.
തുരുമ്പെന്നോട് പറഞ്ഞു:
ഒരു ദിവസം
എല്ലാമിങ്ങനെ തുരുമ്പിച്ചു പോകും.
ഇരുമ്പും തടവറയും നീതിയും
നിശ്ശബ്ദതയും ഭൂമിയും
രാഷ്ട്രീയവും ഭരണകൂടവും
ഒന്നൊഴിയാതെ.
അപ്പോൾ വാസുവേട്ടൻ
തിരിച്ചെത്തുമായിരിക്കുമെന്ന്
ഞാനും തുരുമ്പിച്ചു തുടങ്ങി.

72. ജീവന്റെ ഭാരം

വെള്ളത്തിൽ മുങ്ങിമരിച്ച
ഒരാളുടെ പൊങ്ങിക്കിടക്കും
ഉടൽ
കരയ്ക്കടുപ്പിക്കുമ്പോൾ
കൂട്ടത്തിലാരോ പറഞ്ഞു:
ഉടലൊരു പൊങ്ങാണ്,
ഭാരമില്ലാത്തത്.
ജീവനായിരുന്നു കനം.
അതാണ് മുങ്ങിപ്പോയത്.

കരയ്ക്കടുപ്പിച്ച
ഉടൽ
ആംബുലൻസിലേക്ക്
മൂന്നാലു പേർ
പൊക്കിയെടുക്കുമ്പോൾ
കൂട്ടത്തിലാരോ പറഞ്ഞു:
ജീവനില്ലാത്ത ഉടലിനാണ് ഭാരം.
ജീവനുണ്ടായിരുന്നെങ്കിൽ
ഒന്ന് താങ്ങിയാൽ മതിയായിരുന്നു.

ഞാനമ്പരന്നു നിന്നു:
ജീവൻ ഉടലിൽ
എന്താവും ചെയ്തുകൂട്ടുന്നത്?

73. പാതാളവഴി

പാതാളത്തിലേക്കൊരു
വഴിയുണ്ടെന്ന്
ആരോ പറഞ്ഞു.
ഞാനതു തേടി നടക്കുകയാണ്.

വഴിയുണ്ടെന്ന്
എന്താണിത്ര തീർച്ചയെന്ന്
എന്നോട് ചോദിക്കരുത്.
എന്തെന്നാൽ വഴിയുണ്ട്.
അതിലൂടെയാണല്ലോ
കൊല്ലത്തിലൊരിക്കൽ
മഹാബലി വന്നുപോകുന്നത്.
പാതാളത്തിൽ നിന്നൊരു
വഴിയില്ലായിരുന്നെങ്കിൽ
ഓണമുണ്ടാകുമായിരുന്നോ?

എന്തിനാണ് അങ്ങോട്ടു പോകുന്നു
എന്നാണ് ചോദ്യമെങ്കിൽ
സ്വസ്ഥമായിരിക്കാൻ
എന്നാണെന്റെ ഉത്തരം.

വല്ല സംശയവുമുണ്ടെങ്കിൽ
മഹാബലിയോട്
ചോദിച്ചു നോക്കണം.

മുന്നൂറ്റിയറുപത്തി നാല് ദിവസവും
പാതാളത്തിലെ ശാന്തിയിലിരുന്ന്
ഒരൊറ്റ ദിവസം
എല്ലാ അവഹേളനവുമേറ്റ്
തിരിച്ചോടുന്ന അദ്ദേഹം തന്നെ പറയും
ഉത്തരങ്ങളൊക്കെയും.
അതിനാലാണ് ഞാൻ
പാതാളത്തിലേക്കുള്ള
വഴി തേടുന്നത്.

എനിക്കൊരു മഹാബലിയാകേണ്ട.
ഒരൊറ്റ ദിവസമിരുന്നാൽ മതി
എനിക്കാ പാതാളശാന്തിയിൽ.
പിന്നുള്ള മുന്നൂറ്റിയറുപത്തി നാല് ദിവസവും
ഭൂമിയെന്ന ഈ ദുരിതമദ്ധ്യേ കഴിഞ്ഞോളാം.
കാണിച്ചു തരൂ എനിക്ക്
ഒരിക്കലെങ്കിലും
പാതാളത്തിലേക്കുള്ള വഴി.
ഞാനാവാം
പാതാളത്തിലെ
മാവേലി.

74. വന്ദേഭാരതിൽ

പാതിരാവിലെപ്പോഴോ
എന്റെയൊരു സ്വപ്നം
വണ്ടി കയറിപ്പോയി.

അസാധാരണ വേഗത്തിൽ
ആകാശപ്പാളങ്ങളിലൂടെ
ഇരമ്പിക്കുതിപ്പായി.
എവിടെയാണിറങ്ങേണ്ടതെന്ന്
അറിയാതെ
തുറന്നൊരു വാതിലിലൂടെ
ശൗചാലയത്തിലെത്തി.
വാതിലടഞ്ഞു പോയതിനാൽ
ഒറ്റയ്ക്കതിലിരിപ്പായത്രെ.

സ്വപ്നമേ, സ്വപ്നമേയെന്ന്
അലറി വിളിച്ച്
ഉറക്കത്തിൽ നിന്നും
ഞാൻ ഞെട്ടിയുണർന്നു.
ഇരുട്ടായതിനാൽ
ഒന്നും കാണാനാവാതെ.

അടഞ്ഞൊരു ബോധത്തിൽ
സ്വപ്നമായിരുന്നോ സ്വപ്നം
അതോ ഞാനോ?

75. പഴയ വീട്

1

വീടിപ്പോഴും
പഴയ ഇടത്തു തന്നെ,
മാറില്ലെന്നുറച്ച്.
എന്നാൽ വീട്ടിലുള്ളവർ
എത്ര മാറിപ്പോയി!
വീടതൊന്നും
കാര്യമാക്കുന്നോയില്ലെന്നു തോന്നും.
എന്നാലതിന്റെ വേദന
വേവലാതി,രോഷം
ആരറിയുന്നു!
വീടിപ്പോഴും പഴയ വീടല്ലെന്ന്
വീടിനു മാത്രമറിയില്ല.

2

വീടിനോളം
പഴക്കമുള്ളൊരൊളും
വീട്ടിലില്ലാതായി.
ഉമ്മറത്തുണ്ടായിരുന്ന
ചാരുകസേര ഇപ്പോഴില്ല,
അതിലിരുന്നിരുന്ന ആളും.
അടുക്കളയിലെ അടുപ്പുകല്ലുകൾ
ഉരൽ അമ്മി ഇപ്പോഴില്ല.
അതിൽ ജീവിതമുടക്കിപ്പോയൊരാളും.

കിണറിൽ നിന്ന് വെള്ളമെടുത്തിരുന്ന
തൊട്ടി,കയറൊന്നുമില്ല.
അതിന്റെ കപ്പിയിൽത്തിരിഞ്ഞൊരാളും.
വീടു പുതുക്കി
പുതുകുപ്പായങ്ങളണിയിച്ച്
പഴയതൊക്കെ മാറ്റി
പേരും.

3

വീടതിന്റെ
പഴയ മൗനത്തിൽത്തന്നെ.
എന്നാലതിന്റെയുള്ളകം
പുതിയ ഒച്ചകളേറ്റെടുത്തു.
കിണറ്റിലെ മോട്ടോറിന്റെ ഒച്ച.
ഗ്രൈന്റേറിന്റേയോ മിക്സിയുടെയോ ഒച്ച.
ഫാനിന്റേയോ എ സിയുടേയോ
ടി വിയുടേയോ ഒച്ച.
ആളുകളുടെ നിശ്ശബ്ദത.
കലമ്പൽ.
ഒച്ചയടങ്ങു പോയ
വീടു മാ(തം
പഴയ ഒച്ചകളുടെ
മൗനത്തിൽ
തന്റെ ശ്മശാനയാത്രയെ
സ്വപ്നം കാണുകയാവുമോ?

76. ഒരു ജന്മം പല ജീവിതം

ഒരു കവിതയൊക്കെ
ആർക്കും എഴുതാനാവും,
ഈയൊരു ജീവിതത്തിൽ.
നിങ്ങൾ പറഞ്ഞു.

എനിക്കതു മനസ്സിലാവും.
ഓരോ നിമിഷവും
ഓരോ ജീവിതപരിസരങ്ങളിൽ
ജീവിച്ചു തീർക്കേണ്ടതിനാൽ.

ഒരു പാട്ടൊക്കെ
ഏതൊരു കഴുതയ്ക്കും പാടാനാവും.
നിങ്ങൾ പറഞ്ഞു.

എനിക്കതു മനസ്സിലാവും.
ജീവിതഭാരമേറുമ്പോഴും
കുറയുമ്പോഴും
മുതുക് കൂന്നിഴയുമ്പോഴും
നിവരുമ്പോഴും
ഒരേ പാട്ട് തന്നെ
വ്യത്യസ്തശ്വാസനിശ്വാസങ്ങളിലാവും.

ഒരു ജീവിതമൊക്കെ
ആർക്കും ജീവിച്ചുതീർക്കാനാവും
നിങ്ങൾ പറഞ്ഞു.

എനിക്കതു മനസ്സിലാവും.
ഒരേ ജീവിതമെന്നല്ലല്ലോ
വ്യത്യസ്തജീവിതങ്ങളുടെ
ബഹുലതയിൽ ആഘോഷങ്ങളിൽ
വരുതികളിൽ വരുതികളിൽ
ഒരേ ജന്മത്തിന്റെ വ്യത്യസ്തമായ
എപ്പിസോഡുകളിൽ
ജീവിച്ചൊടുങ്ങേണ്ടതിനാൽ.

ഒരു സ്വപ്നമൊക്കെ
ആർക്കും തരാവും.
ദുഃസ്വപ്നമായാലും.

എനിക്കതു മനസ്സിലാവും.
ഒരേ ജീവിതത്തിൽ
പലരായി ജീവിക്കുമ്പോഴാണ്
അതിന്റെ സാർത്ഥകത.
ഒരേ കവിതയ്ക്കുള്ള
വ്യത്യസ്തതലങ്ങളിലുള്ള
പാരായണമായി.
ഒരേ പാട്ടിന്റെ
വ്യത്യസ്ത രാഗാലാപനങ്ങളായി.
ഒരേ സ്വപ്നത്തിന്റെ
വ്യത്യസ്തകോണുകളിലെ കാഴ്ചയായി.

77. വാവുബലി

വാവിന് ബലിയിട്ട്
കാക്കയെ വെള്ളമൂർത്ത്
കൈകൊട്ടി വിളിച്ചാലും
തിരിഞ്ഞു നോക്കാതെ
അതവിടെക്കിടന്ന്
ഏതോ പട്ടി വന്ന്
മണത്തുനോക്കിത്തിന്നും.

ഇതിങ്ങനെയാവുന്നതെന്തെന്നറിയാൻ
ജ്യോതിഷിയെക്കണ്ടു.
കവിടി നിരത്തി
ജ്യോതിഷി കണ്ടെത്തി:
ആ പട്ടി തറവാട്ടുകാരണവരായിരുന്നു.
പ്രതാപി,അധികാരമത്തനായവൻ
ദുഷ്ടൻ,നീചൻ,അഹങ്കാരി.
നല്ലതൊന്നും കാണാത്തവൻ.
ചെയ്യാത്തവൻ,ദ്രോഹി.
എല്ലാവരും ശപിച്ചതിനാലയാൾ
പിന്നുള്ള ജന്മങ്ങളിലത്രയും
തെരുവു പട്ടിയായി.

ജ്യോതിഷിയെ വിശ്വസിക്കാതിരിക്കാനായില്ല.
തറവാട്ടു കാരണവരിൽച്ചിലർ
അങ്ങനെയായിരുന്നത്രെ.
സമാധാനമായി.

78. ഉമിനീരിൽ

ഉമിനീരധികമായിരുന്നു
അവൾക്ക് വായിൽ.
വിശക്കുമ്പോൾ
ഉമിനീർ വറ്റിപ്പോകുന്നതായി
അവൾക്ക് തോന്നും.
തെരുവിൽ അലഞ്ഞു നടക്കുന്ന അവൾക്ക്
അതൊന്നും വലിയ കാര്യമായിത്തോന്നിയില്ല.

വിശക്കുമ്പോൾ ഏതെങ്കിലും
തട്ടുകടയുടെ മുന്നിലോ
ഹോട്ടലിനു മുന്നിലോ
വീട്ടു വാതിൽക്കലോ
അവൾ ചെന്നു നിൽക്കും.
അവിടെ നിന്ന് ഭക്ഷണം കഴിക്കുന്നവരുടെ
വായിലേക്ക് നോക്കി നിൽക്കും.

അവളുടെ വായിലപ്പോൾ
ഉമിനീർ നിറയാൻ തുടങ്ങും.
പലപ്പോഴും അവളതിൽ
മത്സ്യങ്ങളെ വളർത്തി.
മത്സ്യങ്ങൾക്കൊപ്പം അവൾ തുഴഞ്ഞു.
നുരകളുയർത്തി.
അടിത്തട്ടിൽ വാലടിച്ച്
വെള്ളം കലക്കി.

ചിലപ്പോൾ ക്വാക്ക് എന്ന്
ശബ്ദത്തോടെ തവളകൾ
ചാടിപ്പോയി.
അപ്പോൾ ചില പോത്തുകൾ
വായ്ക്കകത്ത് ചെളിപ്പുറത്ത്
ആണ്ടുകിടന്നു.
പോത്തുകളുടെ കൊമ്പുകളിൽ
കാക്കകൾ പറന്നിറങ്ങി.
കുമിളകളെന്ന് കണ്ണുകൾ
നിർവികാരം അടക്കുകയും
തുറക്കുകയും ചെയ്തു.
അവളും.

പോത്തിനെപ്പോലെ
കിടക്കുകയാണവൾ.
നിരത്തോരത്ത്
തെരുവിൽ
മഴ പെയ്തു തളംകെട്ടിയ
ചെളിയിൽ.
മീനോ
പോത്തോയെന്ന്
തിരിച്ചറിയാനാവാതെ
ഭൂമിയുടെ വായിൽ
തളം കെട്ടിയ ഉമിനീരിൽ.

ഭൂമിയും ഒരു ദിവസം
ഇതുപോലെ കിടക്കുമായിരിക്കും,
നമ്മുടെയൊക്കെയും
തളം കെട്ടിയ ഉമിനീരിൽ
ആർക്കറിയാം?

79. തീ, പുക, ഒച്ച

ബധിരനായതിനാൽ
അയാൾക്ക് കേൾക്കാനാവുമായിരുന്നില്ല
പുറത്ത് മഴ പോലെ പെയ്യുന്ന
വെടിയൊച്ചകൾ.
കാഴ്ചയ്ക്ക് മങ്ങലേറ്റതിനാൽ
ഊതുതിരി കത്തിച്ചുവെച്ചതായി
പുകയും
കനലുകൾ തെറിക്കുന്നതും
കാണാമായിരുന്നു.
ബങ്കറിനകത്ത്
ധ്യാനത്തിലെന്നായി
അയാളിരുന്നു.
മൂക്കടഞ്ഞതിനാൽ
ശ്വാസത്തിൽക്കടന്നു കയറിയ ഗന്ധം
ഊതിന്റേതെന്നല്ലാതെ
മറ്റൊന്നും തോന്നിയില്ല.
ഭൂകമ്പം പോലുള്ള കിടുക്കത്തിൽ
ഇടിഞ്ഞുതാണ കെട്ടിടാവശിഷ്ടങ്ങൾക്കിടയിൽ
കണ്ടെത്തുമായിരിക്കും
അയാളെയും.
യുദ്ധാവശിഷ്ടങ്ങളിൽ
ശേഷിക്കയില്ലായിരിക്കാം
അയാളുടെ ഓർമ്മകളും
സമാധാനകാലത്ത്.

80. അപ്പോൾ അയാൾക്കൊരു മുഖമുണ്ടായിരുന്നു

വൈകുന്നേരമായിരുന്നു.
ചന്തയിൽ നിന്ന് പച്ചക്കറി വാങ്ങി
കടകളിൽ നിന്ന്
അവശ്യസാധനങ്ങൾ വാങ്ങി
വീട്ടിലേക്കുള്ള മടക്കമായിരുന്നു.
വൈകുന്നേര നടപ്പായിരുന്നു.
ഒറ്റയ്ക്കായിരുന്നു.

നഗരം വിട്ട്
ഒരൂടുവഴിയിലൂടെ
എളുപ്പം വീടുപിടിക്കാമെന്നോർത്ത്
ആദ്യത്തെ തിരിവു കഴിഞ്ഞ്
രണ്ടാമത്തെ തിരിവിലെത്തിയതും
ഇടുക്കത്തിൽ ഓട്ടോയെ വെട്ടിച്ചു
ധൃതിയിലെത്തിയ ബൈക്ക്
നെഞ്ചിലേക്കു നേരെയിടിച്ചു
മറിഞ്ഞു വീണു.
ബൈക്കിലെ ചെറുപ്പക്കാരൻ വിരണ്ട്
ഹെൽമെറ്റൊന്നു പൊക്കിനോക്കി
ഭീതിയോടെ ഓടിച്ചു പോയി.

അടുത്ത തിരിവിലാണല്ലോ

വീടെന്നോർത്ത്
എഴുന്നേല്ക്കാനുള്ള പാഴ്ശ്രമത്തിൽ
ബോധം കെട്ടു വീണു.
ആശുപത്രിയിൽ ബോധം തെളിഞ്ഞപ്പോൾ
ആരൊക്കെയോ ചോദ്യമായി,
ആളെക്കണ്ടിരുന്നോ?
ഇനി കണ്ടാൽ തിരിച്ചറിയുമോ?

ഒന്നും ഓർക്കാനാവുന്നില്ല.
അപ്പോളയാൾക്കൊരു മുഖമുണ്ടായിരുന്നു.
പിന്നീടാ മുഖം ഉണ്ടായിരുന്നോ?
അയാളുടെ മുഖം തന്നെയായിരിക്കുമോ
ആ മുഖം?
ഇപ്പോഴോർമ്മ കിട്ടാത്ത മുഖത്തെ
ഓർത്തുകൊണ്ടേയിരിക്കാൻ
ഇനിയെപ്പോഴാവും?

81. എലിപ്പത്തായം

എലിപ്പത്തായം സിനിമ കണ്ട്
തിരിച്ചു വരും വഴി
പെട്ടെന്നു പെയ്ത മഴയിൽ
വെള്ളം തളംകെട്ടിയതിനാൽ
കരമനയെപ്പോലെ
ചെരിപ്പഴിച്ച് കൈയിൽ പിടിച്ച്
മുണ്ടുയർത്തിപ്പിടിച്ച്
പെരുവിരൽ കുത്തി
തിരിച്ചു പോകുന്നൊരു
കാരണവരെക്കണ്ട്
ചിരി പൊട്ടിയൊരോർമ്മ
സുഹൃത്ത് പങ്കുവെച്ചത്
വാട്സാപ്പിലായിരുന്നു.

എത്ര കാലമായതെന്ന്
ആലോചിച്ചാലോചിച്ച്
കോളേജും
ബസ്സും
ക്ലാസ് മുറിയും
സമരവും ജാഥയും
അറിഞ്ഞതുമറിയാത്തതുമായ
എന്തൊക്കെയോ തലയ്ക്കുള്ളിൽ
വന്നും പോയും
ഉറങ്ങാനാവാതെ

തിരിഞ്ഞും മറിഞ്ഞും കിടന്ന്
നേരം വെളുത്തതറിഞ്ഞില്ല.

എഴുന്നേറ്റ്
അന്നു നടന്ന വഴിയിൽ
മഴ പെയ്തു തളം കെട്ടിയ വെള്ളത്തിൽ
ചെരിപ്പൂരി കൈയിൽ വെച്ച്
പെരുവിരലൂന്നി
എങ്ങോട്ടോ നടന്നു പോകുന്ന
കരമനയെന്നായി
ഒന്നുമറിയാതെ
കിടന്ന കിടപ്പിൽ
ആരോ ചോദിക്കുന്നു:
എപ്പോഴായിരുന്നു?
ആരോ പറയുന്നു:
അറിയില്ല,ഈ കിടപ്പിലായിരുന്നു
രാവിലെ കണ്ടത്.
കൈയിൽ ചെരിപ്പഴിച്ചു പിടിച്ചിരുന്നു.
മുണ്ട് മറുകൈയിലും.

82. എതിർവഴി

അരസികമായതൊക്കെയും
മൃഗങ്ങളുമായി അമ്പയിക്കും.
ഇഷ്ടപ്പെടാത്തൊരാളുടെ ചിരിയെ
ഇളിയാക്കി കുരങ്ങനോട്
താദാത്മ്യം ചെയ്യും.
അനിയന്ത്രിതമായ കാമവ്യഥയെ
കഴുതക്കരച്ചിലാക്കും.
ഉത്തരം കിട്ടാത്ത ചോദ്യങ്ങളെ
പല്ലിയെന്നുത്തരം താക്കും.
അനുസരണം കെട്ടവയെ
പട്ടിവാലാക്കി ഓടക്കുഴലിലിടും.
പൂച്ചയെന്ന് പുലിയാക്കും
പൂലിയെങ്കിൽ വാല് പിടിപ്പിക്കും.
കിട്ടാത്തവയൊക്കെ പുളിക്കും.

മനുഷ്യനു മാത്രമേ
മറ്റു മൃഗപക്ഷികളുമായി തന്നെ
താരതമ്യം ചെയ്യാനാവൂ.
തിരിച്ചാവുമെന്നാണെനിക്ക്
തോന്നുന്നത്.
ചിരിക്കുമ്പോൾ കുരങ്ങൻ
മനുഷ്യനെന്നു ചിരിക്കും.
കരയുമ്പോൾ കഴുതയും
കാമവെറിയനെന്നു

അപഹസിക്കും.
ഔദ്ധത്യത്തെ പല്ലിയും
ലോകം താങ്ങിയെന്നു
പല്ലിറുമ്മും.
പിടികിട്ടാത്ത പുലിയെ
വാലിലാണ് പിടികിട്ടിയതെന്ന്
അഹങ്കരിക്കും.

അവനവനെ മനുഷ്യൻ
അന്വയിക്കുന്നതു പോലെ
മറ്റുജീവിവർഗളുമന്വയിക്കുകിലോ
എല്ലാവരും ചൂണ്ടുന്ന
ഉത്തമോദാഹരണം
മനുഷ്യൻ മാത്രമായിരിക്കുമല്ലോ!

83. മഴയെന്തു ചെയ്യും

ഞങ്ങളുടെ ഗ്രാമത്തിൽ
മഴയ്ക്കൊരർത്ഥമേയുള്ളൂ,
അവർ പറഞ്ഞു:
പൊടിമണ്ണ് പുരണ്ട കുട്ടികൾ
ചെളിമണ്ണിലുരുളുന്നു.

ഞങ്ങളുടെ നഗരത്തിൽ
മഴയ്ക്കൊരു പ്രവൃത്തിയേയുള്ളൂ,
അവർ പറഞ്ഞു:
ഓടയിലടിഞ്ഞു നാറുമഴുക്കെല്ലാം
പൊതുനിരത്തിലൊഴുക്കുന്നു.
ഞങ്ങളുടെ ആകാശഫ്ലാറ്റുകളിൽ
മഴയ്ക്കൊരു പ്രയാണമേയുള്ളൂ,
അവർ പറഞ്ഞു:
നീലനിറമാർന്ന ആകാശം
കറുപ്പണിഞ്ഞ് പെയ്തലിഞ്ഞ്
നീലനിറം വീണ്ടെടുക്കുന്നു.

84. ഒരു തീവണ്ടിക്കഥ

കൽക്കരിയിട്ട് കത്തിച്ച്
വെള്ളം തിളപ്പിച്ചോടും
വണ്ടിയായിരുന്നു.
തീവണ്ടി.
തീയുള്ളിലുണ്ടെന്ന പോലെ
ആളുകളതിലിരുന്നും
കിടന്നും നടന്നും
യാത്രപോകും.
വണ്ടി പുകതുപ്പി
ചൂളം വിളിച്ചോടും.
നിർത്തേണ്ടിടങ്ങളിൽ നിർത്തും.
ആളുകൾ പുക തുപ്പും പോലതിൽ
പുറത്തേക്കുമകത്തേക്കും പോകും.

അന്നു വണ്ടി
പുറപ്പെട്ടയുടനെ നിർത്തി.
കതകുകളും ജാലകങ്ങളുമടഞ്ഞിരുന്നു.
അകത്തു തീയുള്ള ആളുകളായിരുന്നു.
വണ്ടിക്കുള്ളിലതിനാൽ
പെട്ടെന്നു തീ പടർന്നു.
തീയിലാളുകൾ കത്തി.
വണ്ടി കത്തി.

വണ്ടി കത്തിയതിനാൽ

നാട് കത്തി.
കത്തിക്കാനൊരു കൂട്ടം
കത്താനൊരു കൂട്ടമെന്നായി.
കലാപമെന്ന്
ആളുകളും പത്രങ്ങളും പറഞ്ഞു.
തെരുവുകളും വീടുകളും കത്തി.
ആളുകളും ആരാധനാലയങ്ങളും കത്തി.
ദൈവങ്ങൾ കത്തിയിട്ടുണ്ടാകുമോ?

പല ദിശകളിലേക്ക് തീ
വണ്ടിയായോടി.
ഓടിയയിടങ്ങളൊക്കെ കത്തി.
ആളുകളേക്കാളും
മനസ്സുകൾ കത്തി.
ഒരു ദേശം മാത്രമല്ല
ഒരു വംശം മാത്രമല്ല
ഒരു രാഷ്ട്രം
എന്നു ചൂളം കുത്തി
പാളങ്ങളിലൂടെ മാത്രമല്ല
പാളയങ്ങളിലും കത്തി.

കരിഞ്ഞ അവശിഷ്ടങ്ങളുടെ
പുക പടർന്നു.
പുകയിലൊരു രാഷ്ട്രം
സൃഷ്ടിക്കപ്പെട്ടു.
സൃഷ്ടിക്കപ്പെട്ട രാഷ്ട്രം
പുക പടർത്തിക്കൊണ്ടിരുന്നു.
പുകയിൽ എല്ലാ ദൂരക്കാഴ്ചകളും
ശിഥിലമായി.

എല്ലാ ബന്ധങ്ങളും അകലെയായി.
മായക്കാഴ്ച്ചകളെ
പുക സൃഷ്ടിച്ചുകൊണ്ടേയിരുന്നു.
നേർക്കാഴ്ച്ച നഷ്ടമായി.
എപ്പോഴും കത്തും കത്തുമെന്നൊരു
ഭീഷണിയായി.

പുകയിലിരുന്ന്
ഒരു ജനത
ഇതാണ് ക്ഷേമമെന്ന്
പഴകി.
പുകയിനി
മായുകയേയില്ലെന്ന്
പുഴകി.

പുകയില്ലാത്തൊരു രാഷ്ട്രം
തീവണ്ടി പോലെ
കത്തിപ്പിടിക്കുമെന്നായി
സംഭീതം.

85. മഴു

പരശുരാമൻ
മഴുവെറിഞ്ഞപ്പോൾ
നീങ്ങിപ്പോയി കടൽ
കര കേരളമാകാൻ.

പിന്നെയാരോ
മഴുവെറിഞ്ഞപ്പോൾ
നീങ്ങിപ്പോയി കാട്
മണ്ണ് തരിശാകാൻ.

പിന്നെയാരൊക്കെയോ
മഴുവെറിഞ്ഞപ്പോൾ
നീങ്ങിപ്പോയി കുന്നും വയലും
കുളവും കായലും മേടും
ഭൂമി കോൺക്രീറ്റ് ദേശാകാൻ.

പിന്നെയും പിന്നെയും
മഴുവെറിഞ്ഞു പരസ്പരം
മൃഗങ്ങളും മനുഷ്യരും
ചോരയും മാംസവുമഴിഞ്ഞ്
മണ്ണായൊടുങ്ങാൻ.

ഇനിയൊരു പരശുരാമൻ
മഴുവെറിയുകയാണെങ്കിൽ
നീങ്ങിമാറില്ലേ കര
പഴയ കടലാകാൻ?

86. ഭൂദാനം

കണ്ടു കൊണ്ടിരുന്ന കുന്ന്
കഴിഞ്ഞരാത്രി വഴിമാറിയെങ്ങോ
നടന്നു പോയി.

പതിവു പോലെ ഒഴുകിയിരുന്ന പുഴ
കുറുക്കു വഴിയിൽ ചെരിവിറങ്ങി.

കുട പിടിച്ചു മഴയത്തു തന്നെ
നിന്നിരുന്ന തെങ്ങുകൾ
കുടയുമായി എങ്ങോ മറഞ്ഞു.

വയലായിരുന്നിടം
കടലായി.
പുരയായിരുന്നിടം
ഒരട്ടി മണ്ണായി.

നിന്നിടത്തു നിന്നനങ്ങാനാവാതെ
മണ്ണുമൂടിക്കിടപ്പാണൊരാൾ.
വഴിയെവിടെ?
വഴിയെവിടെയെന്ന്
ശ്വാസം നിലച്ച്.
ഭൂമിയുടെ ദാനം
ഭൂമിക്കു തന്നെയെന്നായി.

87. പ്രണയവാഴ്ത്ത്

ആദ്യകാഴ്ച്ചയിൽത്തന്നെ
എന്നെ കാണാതെ പോയ പ്രണയങ്ങളേ!
ആദ്യ ചിരിക്കു മുമ്പേ
എന്നിൽ കൊഴിഞ്ഞ പ്രണയങ്ങളേ!
ആദ്യ വാക്കുച്ചരിക്കും മുമ്പേ
എന്നിൽ നിശ്ശബ്ദമായ പ്രണയങ്ങളേ!
ആദ്യ സ്പർശത്തിനു മുമ്പേ
എന്നെ അസ്പൃശനാക്കിയ പ്രണയങ്ങളേ!
ആദ്യ ചുംബനത്തിനു മുമ്പേ
എന്നെ അചുംബിതനാക്കിയ പ്രണയങ്ങളേ!
ആദ്യ സ്വപ്നത്തിനു മുമ്പേ
എന്നെ നഷ്ടപ്പെടുത്തിയ പ്രണയങ്ങളേ!
ആദ്യ ഓർമ്മകൾക്ക് മുമ്പേ
എന്നെ മറവിയാക്കിയ പ്രണയങ്ങളേ!
ആദ്യ ചിരിക്കു മുമ്പേ
എന്നെ കരയിച്ചൊടുക്കിയ പ്രണയങ്ങളേ!
ആദ്യ നിന്നെയറിയും മുമ്പേ
എന്നെയറിയിച്ച പ്രണയങ്ങളേ!
ആദ്യ മരണത്തിനും മുമ്പേ
എന്നിൽ മരിച്ച പ്രണയങ്ങളേ!
നശിച്ച പ്രണയങ്ങളേ!
ശപിച്ച പ്രണയങ്ങളേ!
പ്രണയങ്ങളേ!

88. എഴുതാനാവാത്തവ

വാക്കുകൊണ്ടു മുറിഞ്ഞ
ഒരു കവിയുണ്ടെന്റെയുള്ളിൽ:
ബോർഡിലെഴുതിത്തേഞ്ഞ
ചോക്കു കഷ്ണം പോലൊരാൾ.
നോക്കുമ്പോൾ കാണാനാവാത്ത
കാറ്റുപോലൊരാൾ.
റീത്തിലെ ശവമണം പോലൊരാൾ.
അയാളാണെന്നെ
നക്ഷത്രങ്ങളെണ്ണാൻ പഠിപ്പിച്ചത്.
കടൽത്തിരകളിൽ
നടക്കാൻ തള്ളിവിട്ടത്.
ഇരുട്ടിൽ വസ്തുക്കളുടെ
മൂല്യമറിയാൻ നിയോഗിച്ചത്.
സ്വപ്നങ്ങളിൽ പൊന്നുരുക്കി
പ്രണയിക്കാൻ പ്രേരിപ്പിച്ചത്.
അയാളുടെ ചോരയിലാണ്
ഞാനെന്നെ കുളിപ്പിച്ചത്.
തിളച്ചയെണ്ണയിൽ
പപ്പടം പോലെ പൊള്ളച്ചത്.

എനിക്കറിയാവുന്ന
ഒരു ഭാഷയിലുമയാളെന്നോട്
സംവദിച്ചില്ല.
എന്നിട്ടുമയാളെയെനിക്ക്

എന്നെപ്പോലെ മനസ്സിലായി.
ഒരാളോടും സംസാരിക്കുന്നതു പോലെയല്ല
അയാളെന്നോട് സംസാരിച്ചത്.
എന്നിട്ടുമയാളെയെനിക്ക്
എന്നെക്കാളും അറിവായി.
തള്ളിപ്പറഞ്ഞപ്പോഴൊക്കെ
അയാളെന്നിൽ നിറഞ്ഞു.
ചേർത്തണയ്ക്കുമ്പോഴൊക്കെ
അയാളെന്നെ വെടിഞ്ഞു.
ശൂന്യതയിൽ അയാൾ നിറഞ്ഞു.
വേദനയിലയാൾ ആനന്ദിച്ചു.
ശത്രുവെന്നയാളെന്നെ
മിത്രമാക്കി.

വെറുത്തില്ല ഞാനയാളെയെങ്കിലും
വാക്കു കൊണ്ട് മുറിഞ്ഞ
ഒരു കവിയല്ലേ ഞാനെന്ന്
അയാളെന്നെ സാന്ത്വനപ്പെടുത്തിക്കൊണ്ടിരുന്നു,
ഞാൻ പോലുമറിയാതെ.

89. കണ്ണില്ലാത്തത്

ഒരു കുരുന്നു മൊട്ടിനെ
കാമം ഞെരിച്ചുടയ്ക്കുമ്പോൾ
ഓർക്കാതിരിക്കരുത്

ലോകം നിറച്ചുപൂക്കേണ്ടും
വസന്തമാണതെന്ന്.

അവളുടെ
ഇനിയുമുരുവം കൊണ്ടിട്ടില്ലാത്ത
ഊഷ്മളതയിൽ കിളയ്ക്കുമ്പോൾ
മറക്കരുത്
കാലം കാത്തുവെക്കേണ്ട
വിളകളാൽ സമൃദ്ധമാകേണ്ടും
ഉർവരസമൃദ്ധിയാണതെന്ന്.

അവളുടെയുടലിലൊലിക്കുവത്
രക്തനദിയല്ല
ഭൂമിയിലെന്നോ അന്തർദ്ധാനം ചെയ്ത
സരസ്വതി നദിയാണെന്ന്.

ക്രൂരമായി നിങ്ങളടച്ചു പിടിക്കും
മൂക്കും വായയും
ശ്വാസം മുട്ടുമ്പോൾ

ഉള്ളിലാവാഹിച്ച പ്രാണവായു
നിങ്ങൾക്ക്
ദുർലഭമാകാനിരിക്കുന്നതേയുള്ളൂവെന്ന്.

പതുക്കെ മാഞ്ഞുപോയ പുഞ്ചിരി
പ്രപഞ്ചത്തിൽ നിന്നേ മാഞ്ഞുപോയ
നിലാവിറ്റും ജീവനായിരുന്നുവെന്ന്
ഓർക്കുമോ
നിങ്ങളെ വഴിതെറ്റിക്കുമിരുട്ടിൽ?

നിങ്ങളറിയുന്നില്ല,
സഹോദരാ,
പാതകങ്ങൾ നമ്മളെ
ഇരുൾത്തുരങ്കങ്ങളിലേറ്റുകയാണെന്ന്.

ഒരു കുഞ്ഞ്
ക്രൂരമായി കൊല്ലപ്പെടുമ്പോൾ
മറക്കരുത്
ലോകം അതിന്റെ ഭാവിയെ
തിരിച്ചെടുക്കുകയാണെന്ന്.

90. വരയ്ക്കാൻ മറന്ന സ്വപ്നം

ജനൽപ്പടിയിൽ
ഒരു മൺകൂജ.
നീണ്ട ഒട്ടകക്കഴുത്ത് നീട്ടി
ചെരിഞ്ഞു കിടപ്പുണ്ട്.

പുറത്ത് വെയിൽ.
കത്തുന്ന നട്ടുച്ച.

എരിഞ്ഞു തീരുന്ന
ശരീരം.
മരുപ്പരപ്പിന്റെ ദാഹമത്രയും
മിഴികളിൽ.

വാടകമുറി
ഒരു തീച്ചൂളയാണ്.

പുക കലങ്ങിയ മസ്തിഷ്ക്കത്തിൽ
ആഴത്തിലേക്കിരുണ്ടിറങ്ങുന്ന
കിണർപ്പടവുകളിൽ
നിലവിളിക്കുന്ന കപ്പിയിലൂടെ
അടിയില്ലാത്തൊരു തൊട്ടി
ഊഞ്ഞാലാടുന്നു.

വരണ്ടുറച്ച വിയർപ്പു ഗ്രന്ഥികൾ.
ആറിയെരിഞ്ഞ തുപ്പൽത്തൊണ്ട.

ഒന്നുമോർത്തില്ല.
ഒട്ടകത്തിന്റെ പൂഞ്ഞയിലേക്ക്
ഞാനെന്റെ മുഷ്ടി കോർത്തു.

ഉടഞ്ഞ മൺകൂജയും
തല തകർന്നൊരു മനുഷ്യനും.
ദാലിയോ പികാസോയോ
വരയ്ക്കാൻ മറന്നൊരു
ദാഹം.

91. അങ്ങനെയൊക്കെയാവും

1

വിശപ്പ് അസഹ്യമാകുമ്പോൾ
കട്ടുതിന്നും.
കട്ടുതിന്നത് പിടിച്ചാൽ
കള്ളനെന്നാളുകൾ കരുതും.
വിശപ്പാണ് കട്ടതെന്ന്
തെളിയിക്കാനാവുകയുമില്ല.
കട്ടു തിന്നതിനാൽ
വിശപ്പേയുണ്ടാവുകയില്ല.
അതെങ്ങോ പോയിരിക്കും.
അടി കിട്ടുന്നത് വിശപ്പിനാവില്ല.
കരയുന്നത് വിശപ്പാവില്ല.
ഇനിയും വിശക്കും.
കട്ടുതിന്നുകയും ചെയ്യും.
കള്ളനെന്ന്
അടി കിട്ടുകയും ചെയ്യും.
മരിക്കും.
കൊന്നത് വിശപ്പെന്നാരറിയാൻ!

2

അവൾ അവനെ പ്രണയിച്ചു.
അഗാധമായി
മറ്റൊന്നുമോർക്കാതെ
മറ്റൊരു ജീവിതമില്ലാതെ

അവനിൽ മുങ്ങി
ശ്വാസം കിട്ടാതെ
അവനായി
പ്രണയം മാത്രമായി.
ഓരോ ചിരിയും
കരച്ചിലും
അവൻ മാത്രമായി.
അവനില്ലാതെ
അവളില്ലാതെയായ്.
അങ്ങനെയാണ്
അവളുടെ പ്രണയവുമിട്ടേച്ച്
അവൻ പോയപ്പോൾ
അവൾ സ്വയമില്ലാതായത്.
പ്രണയമില്ലാതായെങ്കിൽ
അവളെന്തിനാണ് പോയതെന്ന്
ചോദ്യമുയർന്നതങ്ങനെയാണ്.

3

അവർക്ക് മരണത്തെ പേടിയായിരുന്നു.
മരണം ഓരോ രൂപത്തിൽ വന്ന്
അവരെ പേടിപ്പിച്ചു.
രോഗമായി
കാമമായി
പ്രണയമായി
പല വേഷങ്ങളണിഞ്ഞു വന്നു.
അതൊക്കെയും മരണമാകുമെന്ന്
അവർ തട്ടി നീക്കി.
എന്നിട്ടും ഉറക്കത്തിൽ
മരണം അവരെക്കൊണ്ടുപോയി.

അവർ പോലുമറിയാതെ.
തട്ടി മാറ്റാനാവാതെ.
ആളുകൾ പറഞ്ഞു:
ഉറക്കത്തിലല്ലായിരുന്നെങ്കിൽ
അവരതിൽ നിന്നും
രക്ഷപ്പെട്ടേനെ.
ആരെയും നേരിടാനുള്ള
ആരോഗ്യമായിരുന്നില്ലേ?

92. ഉരുക്കുമുഷ്ടി

കവലയിൽ
നമ്മളുയർത്തിയതാണ്
ആത്മവീര്യം വാനിലെറിഞ്ഞ
ഈ ഉരുക്കുമുഷ്ടി.

ആവേശോജ്ജ്വലം.
പ്രതിഷേധോന്മത്തം.
അമർഷനിർഭരം.
നിർഭയം.

അനീതിക്കെതിരെ
അസ്പൃശ്യതയ്ക്കെതിരെ
അസമത്വത്തിനെതിരെ
ഉയർത്തിയ ധീരത.

രക്തസാക്ഷികളാവേശിച്ച
മർദ്ദിതന്റെ ചോരഞരമ്പുകൾ
ദാർഢ്യമേറ്റിയ
മുഷ്ടിയൊരു മുദ്രാവാക്യം.
ചൂണ്ടുവിരൽ.

എങ്കിലും
നമ്മളെന്തിനാണിങ്ങനെ
ഒറ്റയ്ക്ക്

വെയിലിലും മഞ്ഞിലും
മഴയിലും
നിർത്തിയിരിക്കുന്നത്?

93. ഒരേ കവിതയിൽ

ആദ്യത്തെ കവിത
ആഴ്ച്ചപ്പതിപ്പിൽ അച്ചടിച്ചുവരുന്നതിന് മുമ്പ്
മരിച്ചു പോയി അവൻ.
പ്രമുഖമായ ആ ആഴ്ച്ചപ്പതിപ്പിൽ
കവിത അച്ചടിച്ചു വരികയെന്നാൽ
അയാളൊരു കവിയായി
എന്നാണത്രെ സാഹിത്യധാരണ.

അയക്കും മുമ്പേ
എനിക്കവനാ കവിത
വായിച്ചു തരാൻ ശ്രമിച്ചു.
ആഴ്ച്ചപ്പതിപ്പിൽ വന്നു കഴിഞ്ഞ്
ഞാൻ നിനക്കു തന്നെ വായിച്ചു തരാമെന്ന്
ഞാനവന് വാക്ക് കൊടുത്തു.
എന്നാലതെങ്ങനെ പാലിക്കുമെന്നറിയാതെ
നടക്കുകയാണു ഞാൻ.

അതുവരെ ഒരു കവിത പോലും
വായിക്കാനറിയാതിരുന്ന ഞാൻ
ആ കവിത നിരന്തരം വായിച്ച്
കവിയായി.
ആ കവിത ഓരോ തവണ വായിക്കുമ്പോഴും
ഞാനതവന് വായിച്ചുകൊടുക്കുകയാണെന്നും

അതവൻ കേട്ടു മൂളുകയാണെന്നും
ഞാൻ കരുതി.

ഇടയ്ക്കൊക്കെ ഞാനതവന്റെ
അമ്മയ്ക്ക് വായിച്ചു കൊടുത്തു.
വായിച്ചു കേൾക്കുമ്പോഴൊക്കെ
അവർ കണ്ണീരണിഞ്ഞു.

കവിതയിൽ അവർ
അവനേക്കാളും മുമ്പേ മരിച്ചു പോയ
അവന്റെ അച്ഛരനെ കണ്ടു.
അച്ഛരനവനെ താലോലിക്കുന്നതും
അവനെയൂട്ടുന്നതും
അക്ഷരങ്ങൾ പറഞ്ഞു കൊടുക്കുന്നതുമോർത്തു.
അവൻ സ്ക്കൂളിൽച്ചേരും മുമ്പേ
അവന്റെ അച്ഛരൻ അവരെയെന്നന്നേക്കും
വിട്ടുപോയിരുന്നു.

അവരവനെയോർത്ത്
അവന്റെ ജീവിതമെന്നോട്
പറയുമായിരുന്നു.
അമ്മയുടെ കരച്ചിലാണ്
അവന്റെ കവിതയെന്നെനിക്കു തോന്നി.

ഒരിക്കലവനെയുപേക്ഷിച്ചു പോയ
കാമുകിക്ക് ഞാനാ കവിത
വായിച്ചു കൊടുത്തു.
തന്നേക്കാളും കവിതയെ പ്രണയിക്കുന്നത്
സഹിക്കാനാവാതെയാണ്

വേർപിരിഞ്ഞതവരെന്ന്
അവളെന്നോട് പറഞ്ഞു.
എന്നാലാ കവിത നിറയെ
അവളായിരുന്നുവെന്ന്
അവൾക്കു മനസ്സിലായി.
അവളില്ലാതെ അവനൊരു
കവിതയുമുണ്ടായിരുന്നില്ല.
അത്രയും ഗാഢമായൊരു
പ്രണയമായിരുന്നു.

പ്രണയത്തെക്കുറിച്ച്
കവിതയിലൊന്നുമുണ്ടായിരുന്നില്ല.
ജീവിതം വീണു കിടക്കുന്ന
ഒരു മുള്ളായിരുന്നു
ചോരയൊലിക്കാതെ ആ കവിതയെന്ന്
അവൾക്കു മുറിഞ്ഞു.

ആ കവിതയല്ലാതെ
ഞാനൊരു കവിതയും
എവിടേയും വായിച്ചില്ല.
എന്നിട്ടും ആ കവിത വായിച്ച്
ഞാനെന്നും കവിയായി.

ഒരൊറ്റക്കവിതയെഴുതി
മരിച്ചുപോവുക എളുപ്പമല്ലെന്ന്
എനിക്കു മനസ്സിലായി.
എളുപ്പമല്ലാത്ത ഒരു സമസ്യയാണ്
ജീവിതമെന്നെനിക്ക് മനസ്സിലായി.
മനസ്സിലായതൊന്നുമല്ല

മരണമെന്ന് എനിക്കു തീർപ്പായി.
അല്ലെങ്കിൽ
ഒരൊറ്റ കവിതയെഴുതി
ആഴ്ച്ചപ്പതിപ്പിനയച്ച്
അത് പ്രസിദ്ധീകരിച്ചു വരുമെന്ന്
യാതൊരുറപ്പുമില്ലാതെ
ഞാനെന്തിനാണ് മരിച്ചത്?

94. വീഞ്ഞുകുപ്പി

ശ്രീശ് മാഷുടെ വീട്ടിലേക്ക്
പോകുമ്പോൾ ഒരു കുപ്പി വീഞ്ഞ്
കൈയിൽ കരുതിയിരുന്നു.
മദ്യശാലയിൽ നിന്നതു വാങ്ങുമ്പോൾ
ചുറ്റും കുടിയന്മാരുടെ തള്ളായിരുന്നു.
വാക്കുകൾ കൊണ്ടും
ഉടലുകൾ കൊണ്ടും
ഉയിരുകൾ കൊണ്ടും.

മാഷ് കുടിക്കുമോ എന്നെനിക്കറിയില്ല.
കുടിക്കുമെങ്കിൽ ഏതുതരം മദ്യമാവും
ലഹരി കൂടിയതോ കുറഞ്ഞതോ
ഒറ്റയ്ക്കോ കൂട്ടായോ
എന്നൊന്നുമെനിക്കറിയില്ല.
എനിക്ക് മാഷെ ശരിക്കുമറിയില്ല.

വിശുദ്ധ തെരേസയെക്കുറിച്ചുള്ള
മാഷീയിടെ കുറിക്കും
വിശുദ്ധവരികളിലാകൃഷ്ടനായാണ്
ഞാൻ കാണാനാഗ്രഹിച്ചത്.
അന്വേഷണത്തിൽ മാഷുടെ വീട്
വിശുദ്ധത്രേസ്യാമ്മയുടെ
പള്ളിയുടെ വടക്കുള്ള
ശ്മശാനത്തിലേക്കുള്ള

നിരത്തു വക്കിലാണെന്നറിഞ്ഞു.
ഞായറാഴ്ച്ചയായയതിനാൽ
കാലത്തെ തന്നെ
പള്ളിയിലേക്ക് പോകുകയും
വരികയും ചെയ്യുന്ന
ആളുകളുണ്ടായിരുന്നു.
കൈയിൽ ഒരു കുപ്പി വീഞ്ഞുമായി
നിൽക്കുന്ന എന്നെ അവരാരും
ഗൗനിച്ചതേയില്ല.

ഞാൻ പള്ളിക്കടുത്തങ്ങനെ നിന്നു.
പോകുമ്പോൾ ദൃഢമായിരുന്ന
പലരുടേയും മുഖങ്ങൾ
തിരിച്ചു വരുമ്പോൾ
സ്നേഹം പുരണ്ടല്പം മിനുങ്ങിയതായി
ചിരിയുണ്ടായിരുന്നു.

പള്ളിയിലങ്ങോട്ട് പോയതായിത്തോന്നാത്ത
വെള്ള മുണ്ടും മേൽവസ്ത്രവും ധരിച്ച്
തലമൂടിയ സ്ത്രീയോട്
ശ്മശാനത്തിലേക്കുള്ള വഴിയേതെന്ന്
ചോദിച്ചതും
പെട്ടന്നവരെന്റെ കൈയിൽ പിടിച്ച്
മുന്നോട്ട് നടക്കാൻ തുടങ്ങി.
ശ്മശാനത്തിലേക്കാണ്,
അവരെന്നോട് പറഞ്ഞു.
അവിടെയാണെന്റെ മകൻ ചാരമായത്.
ഞങ്ങളുടെ യേശുവായിരുന്നു അവൻ.
നാട്ടുകാർക്കുപകാരി.

വീട്ടുകാർക്കന്യൻ.
എല്ലാ കാര്യങ്ങൾക്കും കൂട്ട്.
നന്മയറിഞ്ഞവൻ.
അവനെയവർ നടുറോഡിലിട്ട്
വെട്ടിക്കൊന്നു.
ചോരവാർന്നില്ലാതായ അവനെ
ഒന്നു മടിയിൽക്കിടത്താൻ പോലും
ആരും അനുവദിച്ചില്ല.
മൂന്നാം നാളവനുയിർത്താലോ
എന്നു പേടിച്ചവരവനെ
ചാരമാക്കിക്കളഞ്ഞു.
അവന്റെ ഉയിർപ്പു കാണാൻ
എല്ലാ ഞായറാഴ്ച്ചയും
ശ്മശാനത്തിലേക്കു പോകും.

അവരങ്ങനെ ജീവിതം പറയുന്നതിനിടെ
ഒരു മതിലിനപ്പുറം
ശ്രീശ് മാഷെക്കണ്ടു
ഞാനവരുടെ കൈ പതുക്കെ വിടുവിച്ചു.
അവരതൊന്നുമറിയാത്തതായി
എ)ന്തൊക്കെയോ പറഞ്ഞു കൊണ്ട്
വേഗം വേഗം നടന്നു.

അവരെ അറിയുമോയെന്ന്
മാഷെന്നോട് ചോദിച്ചു.
ഇല്ലെന്നു ഞാൻ പറഞ്ഞു.
മാഷെന്റെ തോളിൽ കൈയിട്ട്
വീട്ടിനകത്തേക്ക് നടക്കുന്നതിനിടെ പറഞ്ഞു:
അതാണ് തെരേസ.

കൈയിലിരുന്ന വീഞ്ഞുകുപ്പി
തറയിൽ വീണു പൊട്ടി.
രക്തം പരന്നു.

95. വായിച്ചതാവും

"വായിച്ചതാവും,എല്ലാം,അല്ലേ?"
എന്റെ അലമാരയിൽ
നിറഞ്ഞുകിടന്ന പുസ്തകങ്ങളെ ചൂണ്ടി
നീ ചോദിച്ചു:

അതെ,
ഞാൻ തലയാട്ടി:
"വായനയുണ്ടോ?"

നീ ചായക്കപ്പെടുത്ത്
ഒന്നു മൊത്തി:
"മധുരമുണ്ട്.
കടുപ്പവും.
നിന്റെ സൃഷ്ടിയയല്ലേ?"

ഞാനെന്റെ പുസ്തകങ്ങൾ
നിന്റെ മുന്നിലെ
ടീപ്പോയിമേൽ നിരത്തി:
"കവിതകളാണ്."

"ചൂടുണ്ട്,പാകത്തിന്."
ചായ നുണയുന്നതിനിടെ
നീ പറഞ്ഞു:
എന്റെ പുസ്തകങ്ങളെ

സാന്ദർഭികമായൊന്നു
നോക്കിയതു പോലുമില്ല.

നീയിറങ്ങിയപ്പോൾ
ഞാനെന്റെ പുസ്തകങ്ങൾ
ആകാംക്ഷയോടെ മറിച്ചു നോക്കി.
അക്ഷരങ്ങളേയില്ലായിരുന്നു
അവയിലൊന്നിലും.

96. പുക

കവിതയിൽ ഒരു വിസ്ഫോടനം
സാദ്ധ്യമാകുമോയെന്ന്
എത്ര കാലമായി ആലോചിക്കുന്നു.

വാക്കുകളെ ചേർത്തു വെച്ചു നോക്കി
പൊട്ടിയില്ല.
ഈണമിട്ടുനോക്കി
സ്ഫുലിംഗങ്ങളുണ്ടായതല്ലാതെ
മറ്റൊന്നും സംഭവിച്ചില്ല.
വൃത്തത്തിലും
ചതുരത്തിലും
പണിതുണ്ടാക്കി.
ചീറ്റിപ്പോയി.

കവികളുടെയിടയിൽ
ഒരു ബീഡി കൊളുത്തി
പുക വിട്ടിരുന്നു.
മറ്റേതോ ഭാഷയിലെ
മറ്റേതോ കവിയുടേതെന്ന്
പണ്ടെന്നോ എഴുതിമറന്ന
കവിത തെല്ലുറക്കെ വായിച്ചു.

അന്തം വിട്ടിരുന്നവർക്കിടയിൽ
അന്ത്യാക്ഷരം കൊളുത്തിയ

വിസ്ഫോടനം.
ചോദ്യങ്ങൾ ഉയരും മുമ്പ്
മൗനിയായി
എഴുന്നേറ്റു പോയി
പുക.

വിസ്ഫോടനം.
ചോദ്യങ്ങൾ ഉയരും മുമ്പ്
മൗനിയായി
എഴുന്നേറ്റു പോയി

97. വിട

ചിലർ
പിരിയുന്നതിന്റെ
വേദനയോടെ
യാത്രയാവും.

ചിലർ
പിരിഞ്ഞാലും
സന്തോഷത്തോടെ
യാത്രയാവും.

ചിലർ
പിരിഞ്ഞാലുമില്ലെങ്കിലും
യാത്രയാവും.

വേദനയാണ്
ചില യാത്രകളെന്നു തോന്നും.
സന്തോഷമാണ്
കൈ വീശലെന്നു തോന്നും.
പോയാലെന്താ
കാണാമല്ലോ എവിടെയെങ്കിലുമെന്ന്
പ്രതീക്ഷയാവും.
തിരിച്ചു വരാലോയെന്ന്
കാത്തിരിപ്പാവും
ചില വേദനകൾ.

ഒരു പ്രതീക്ഷയുമില്ലാത്ത
പിരിഞ്ഞുപോക്കിൽ
ആരറിയുന്നു
സന്തോഷം,
വേദന?